डॉ. भीमराव आंबेडकर भारताचे घटना समितीचे अध्यक्ष होते परंतु ही ओळख त्यांच्या संपूर्ण व्यक्तिमत्त्वाचा परिचय करून देत नाही. डॉ. आंबेडकर अंत्यत वर्ण तिरस्कारपूर्ण वातावरणात, धार्मीक अभावामध्ये ते जीवन जगले. त्यात त्यांच्या सावत्र आईने अधिकच भर घातली. इतक्या सर्वांची तमा न बाळगता डॉ. आंबेडकरांनी आपल्या दुःखात समग्र दलित वर्गाच्या दुःखाचा दुर्भाग्यपूर्ण परिस्थितीचा अभ्यास केला आणि याच दिशेने संघर्षरत राहिले. या क्रमात त्यांनी राजकीय आणि सनदशीर अशा दोन्हीचा अभ्यास केला आणि शेवटी तिथे आले जिथे कठीण परिस्थिती येणाऱ्या काळाला धीर देऊ लागली. संविधानाची निर्मिती याच क्रमात डॉ. आंबेडकरांचा संकल्प बनला. हे पुस्तक रंजक पद्धतीने त्या महापुरूषाचा जीवनपट आपल्यापुढे मांडतं, ज्यांना आज दलितांचे पितामह संबोधण्यात येते आणि त्यांचे विचार आज देखील प्रासंगिक आहेत.

दलित समाजाचे पितामह

डॉ. भीमराव आंबेडकर

डॉ. सुनील जोगी

डायमंड बुक्स

प्रकाशक : डायमंड पॉकेट बुक्स प्रा. लि.
X-३०. ओखला इंडस्ट्रियल एरिया,
फेज-११, नई दिल्ली-११००२०.
फोन : 011-40712200
ई-मेल sales@dpb.in
वेबसाइट : www.diamondbook.in

भाषांतर : के. टी. उपदेशे

Dalit Samaj ke pitamaha Dr. Bhimrao Ambedkar
by- Dr. Sunil Jogi

समर्पण

डॉ. आंबेडकरांच्या परंपरेचे सच्चे पाइक
मान्यवर कांशीरामजींनी घोषित केलेल्या वारसदार
सर्वजण समाजाच्या आदर्श नेत्या
स्त्री स्वाभीमानाच्या प्रतीक
उत्तर प्रदेश तसेच बहुजन समाज पार्टीच्या राट्रीय अध्यक्षा
चार वेळा मुख्यमंत्री बनलेल्या
बहन कुमारी मायावतीजी (ॲडव्हकेट)
यांना सादर समर्पित

\- डॉ. सुनील जोगी

संक्षिप्त - परिचय
डॉ. सुनील जोगी

हास्य-व्यंग/आयोजक, लेखक, गीतकार.

- १ जानेवारी, १९७१ कानपुरात जन्म
- एम. ए. पी. एच. डी. (हिंदी), दिल्लीतून.
- निरनिराळ्या विषयावर ७० पुस्तके प्रकाशित.
- गीत, गझल, तसेच भजनाच्या २५ ऑडिओ कॅसेट प्रसारीत.
- बी. बी. सी. लंडन, दूरदर्शन, आकाशवाणी, एन डी. टी. व्ही., झी न्यूज., सब. टी. व्ही. सारख्या चॅनलवर काव्यवाचन
- ४ हिंदी चित्रपटांसाठी गीत लेखन. फिल्म-फन, मकसद, प्रॉब्लेम मे फंस गया यार.
- लाल किल्ला, इंडियन ऑयल, डी.सी.एम. जनता की पुकार, सारख्या सर्व प्रतिष्ठित कविसंमेलनासहित जवळ-जवळ २५०० कविसंमेलनात काव्य वाचन.
- लंडन, मॅनचेस्टर, बर्मिंघम, ऑक्सफोर्ड, (यू.के.) पॅरिस (फ्रांस) ओसले (नार्वे) मस्कत २००३, २००४, २००५, आणि २००६ (ओमान) पारामारिबो (सूरनीम), भूतान, हॉलंड, दुबई २००४, २००५, २००६ आणि २००७ ला या देशांचा काव्यप्रवास.
- राष्ट्रिय दैनिक साप्ताहीकात ५०० पेक्षा जास्त कविता, लेख स्तंभ लेखन, मुलाखती प्रसिद्ध.
- डी. डी. न्यूज चा कार्यक्रम 'खबरे खबरदार' मध्ये ५ महिन्यापर्यंत दररोज काव्यवाचन.
- 'पंजाब केसरी', 'राष्ट्रीय सहारा', 'प्रतिदिन' तसेच 'आज का आनंद' मध्ये स्तंभ लेखन.
- डी.डी.१. झी न्यूज, एन डी.टी.व्ही., सब. टी. व्ही. तसेच इतर चॅलनवर अनेकदा मुलाखती तसेच काव्यवाचन.
- डी. डी. वर प्रसारीत चित्रहार तसेच सोनीवर प्रसारीत 'जीतो छप्पर फाड के' सहित अनेक मालिका व टेलि फिल्मसाठी देखील शीर्षक गीत व स्क्रिप्ट लेखन.
- नार्वेत 'अंतरराष्ट्रीय हिंदी पुरस्कार- २००२' सहित अनेक पुरस्कार तसेच सन्मान.
- संसद भवनच्या हिंदी समितीच्या माजी समन्वय अधिकारी.
- हिंदी अकादमी, दिल्ली सरकारचे माजी सहायक सचिव.
- माजी लोकसभा अध्यक्षाचे अपर वैयक्तिक सचिव म्हणून संसद भवनात कार्य.
- अध्यक्ष, श्रीगणेश सांस्कृतीक संस्था, नवी दिल्ली.
- संचालक, इंडियन मीडिया अँड एंटरटेनमेंट अकादमी.
- राष्ट्रीय महासचिव, अ.भा. मानवाधिकार निरीक्षण समिती, भारत.

संपर्क - नंद निकेतन

ए- २८, पंचशील विहार,

नवी दिल्ली- ११०१७

इ-मेल kavisuniljogi@gmil.com

kavisuniljogi@rediffmail.com

वेबसाइड- www.kavisuniljogi.com

www.hasyakavisammelan.com

RAJESH VERMA
Member of Parliament
[illegible]

Leader : BSP Parliamentary Party
Chairman: [illegible]
Member:
[illegible]

Office: [illegible] New Delhi [illegible]
Tel: [illegible]

Residence: [illegible]
New Delhi [illegible]
Tel: [illegible]
Tel: (Sitapur) [illegible]

17-08-07

प्रस्तावना

मला खूप आनंद झाला की सिद्ध कवी डॉ. सुनील जोगींने बाबासाहेब डॉ. बी. आर. आंबेडकर यांच्या व्यक्तिमत्त्व तसेच कार्यावर एक नवीन पुस्तक लिहिले आहे. डॉ. सुनील जोगी माझे अंत्यत घनिष्ठ मित्र तसेच कौंटोबिक सदस्य आहेत. त्यांचे लेखन तसेच काव्यसाहित्य जवळ-जवळ ७० पुस्तके वाचून मी अंत्यत प्रभावीत झालो. त्यांनी परदेशात जवळ-जवळ २५०० कवी संमेलनात भाग घेतला आहे.

डॉ. बी. आर. आंबेडकरजींच्या जीवनावर त्यांनी लिहिलेले पुस्तक समाजातील दलित शोषित वर्गासोबतच सर्व समाजासाठी अंत्यत हितकारी सिद्ध होईल. पुस्तकात बाबासाहेबांच्या जीवनातील अनेक घटना तसेच त्यांचा संदेश, शिक्षण यांचे मोठ्या कुशलतेने शब्दांकन केले आहे. पुस्तक वाचल्यानंतर या गोष्टीची जाणीव होते की बाबासाहेबांनी आपल्या जीवनात समाजाच्या कल्याणासाठी किती संघर्ष तसेच किती शारिरीक व मानसिक पीडा सहन करून समाजाला एकजूट करण्यात मोठे यश प्राप्त केले, ज्यामुळे येणाऱ्या पिढ्या निश्चित स्वरूपात प्रेरणा घेत रहातील.

मला अंत्यत आनंद होतो आहे की पुस्तक सन्माननीय वाचकांना उपलब्ध होत आहे. त्यासाठी डॉ. सुनील जोगी तसेच पुस्तकाचे प्रकाशन डायमंड बुक्स यांना हार्दिक सुभेच्छा देतो, मला विश्वास आहे की हे पुस्तक लोकोपयोगी सिद्ध होईल, समर्थन तसेच स्नेह प्राप्त करील.

भवदीय,

राजेश वर्मा.

अनुक्रमणिका

- स्वावलंबी बनण्याची इच्छा
- एलिफिन्स्टन शाळेत दाखला
- पुस्तकांचा संग्रह करण्याचं वेड
- एलीफिन्सटन शाळेत देखील अपमानाची मालिका
- संस्कृत वाचायला बंदी
- श्री कृष्णाजी केळूस्करांकडून प्रोत्साहन
- आनंदरावला शिक्षण सोडावे लागले
- मॅट्रिक पास भीमरावसाठी अभिनंदन कार्यक्रम
- भीमरावाच्या विवाहासाठी रामजीबाबाला दंड
- इंटरमीडिएटच्या परीक्षेत देखील पास झाले
- २५ रूपयाची शिष्यवृत्ती
- कामगार कॉलनीतून इम्प्रूव्हमेंट ट्रस्टमध्ये घर बदलले
- कॉलेजमध्ये देखील भेदभावाचा अनुभव
- विद्यार्थ्यांत राजकीय-सामाजिक जागृती
- बी. ए. झाल्यावर भीमरावचे बडोदा संस्थानात नोकरी करणे
- भीमरावाला पितृशोक
- उच्च शिक्षणासाठी परदेशी प्रवास
- नवे आकाश, नवे अनुभव
- शिक्षणावर जोर
- पुस्तके संग्रहीत करण्याचा छंद
- १९१४ मध्ये लाला लाजपतरायसोबत भेट
- १९१५ मध्ये एम.ए. ची परीक्षा प्राप्त केली
- लंडनला रवाना, लंडन अंतरराष्ट्रीय अभ्यासासाठी प्रसिद्ध केंद्र होतं
- प्रबंध अर्धावट सोडून यावे लागले
- दूर्मिळ ग्रंथांचे नष्ट होणे
- डॉ. आंबेडकरांचा दृढ संकल्प
- अपमानाची मालिका सुरूच
- मोठ्यापासून छोट्यांनीही अपमान केला
- गायकवाड महाराजांच्या आदेशावरून पुन्हा बडोद्यात

प्रकरण - एक

डॉ. भीमराव आंबेडकर यांच्या पूर्वी महाराष्ट्राची सामाजिक आणि आर्थिक स्थिती

डॉ. आंबेडकरांच्या जीवन - कार्याला आणि क्रांतीकारी विचाराला समजून घेण्यासाठी त्यांच्या जीवनावर समग्र प्रकाश टाकण्यापूर्वीची स्थिती समजून घेणे देखील योग्य ठरेल.

कारण की डॉ. आंबेडकर महाराष्ट्रीयन होते. वर्णव्यस्थेचे हल्ले त्यांनी जीवनभर झेललेच नाहीत तर त्यांच्या विरोधात आपल्या विवेकबुद्धीने लढा पण दिला. ज्या ठिकाणी त्यांचा जन्म झाला तेथिल सामाजिक, सांस्कृतीक आणि ऐतिहासीक पार्श्वभूमिचे ज्ञान आपल्याला डॉ. आंबेकडरांना समजून घेण्यासाठी चांगल्याप्रकारे उपयोगी पडेल.

महाराष्ट्रातील संताची भूमिका

मराठी भाषेतील संत साहित्य चांगलेच समृद्ध आहेत. इथे नामदेव, एकनाथ आणि तुकारामासारखे संत झाले आहेत. भागवत धर्माच्या संत परंपरेत उच्च आणि मध्यम दोन्ही जातीचे संत कवीने जन्म घेतला आहे. समाजात त्यांना खूप प्रतिष्ठा होती कारण की वर्ण आणि जातीच्या विरोधात उभे राहून मानवतेचा संदेश देत होते. ते ही अशा ज्या काळात ब्राह्मण त्यांच्या विरोधात होते. संत तुकारामांना शूद्र समजून खूप त्रास देण्यात आला आणि त्यांच्या भजन-संग्रहाना नदीत बुडण्यात आले. अशाच पद्धतीने संत चोखामेळा जे जातीने महार होते. एका दिवशी ते पंढरपुरच्या मंदिरात भक्तीभावाने मंत्रमुग्ध होवून आत गेले. तिळपापड झालेल्या ब्राह्मणांनी त्यांना केवळ धक्के मारूनच बाहेर काढले नाही तर त्यांना मुस्लिम अधिकाऱ्यांच्या स्वाधीनही केले. त्या अधिकाऱ्यांनी संत चोखामेळा यांना जी शिक्षा घोषित केली होती ती अशी होती की त्यांना बैलांना बांधून मरेपर्यंत फरफटत नेले जावे. परंतु काही कारणाने या शिक्षेला स्थगित मिळाली.

समाजात संताचा लोकआदर तर होताच परंतु त्यांना राजाश्रय नव्हता मिळाला. त्यांच्या भक्ती-आंदोलनाने समाजातील काही शूद्र विभाग काही प्रमाणात लाभान्वित झाले आणि अनेकांना आपली प्रतिभा विकसीत करण्याची संधी देखील मिळाली होती. छत्रपती- शिवाजीने महाराष्ट्रात मराठा राज्याची स्थापना याच भक्ती-आंदोलनाने प्रेरित होवून केली होती. शिवाजी जातीने मराठा होते जी एक क्षेत्रीय आहे. परंतु महाराष्ट्रातील ब्राह्मण केवळ दोनच वर्णांना मान्यता देत

होते; ब्राह्मण आणि शूद्र! म्हणून महाराष्ट्रातील ब्राह्मणांनी शिवाजी शुद्र असल्याचे सांगून त्यांचा राज्याभिषेक करण्यास केवळ नाकारच दिला नाही तर त्याला धर्मविरोधी असे पण नाव दिले. याच हेतूने काशीवरून बोलावण्यात आलेल्या गागाभटाला राज्यभिषेक कारण्यापासून रोखण्याचा प्रयत्न केला. परंतु जातीचा दान-दक्षिणा प्राप्त करण्याच्या लालचेपोटी गागाभटाने शिवाजींचा राज्यभिषेक केला होता.

शिवाजींच्या निर्वाणानंतर गरीब वर्गावर अन्याय

शिवाजी राजांच्या निर्वाणानंतर हळू-हळू महाराष्ट्रावर पेशव्यांची सत्ता स्थापन झाली. पेशवे जातीने ब्राह्मण होते. पुण्याला त्यांनी आपली राजधानी केले होते. त्यांच्या प्रशासन काळात जातीयव्यवस्था सर्वोच्च टोकावर पोहचू लागली होती. अस्पृष्याची स्थिती दिवसेंदिवस बिघडत चालली. त्यांनी अश्पृष्य वर्गावर अनेक प्रकारचे बंधने लादली. जसे की वेद मंत्राचा अभ्यास न करणे, सार्वजनिक ठिकाणी न वावरणे, दोहेरी धोतर न घालणे इत्यादी. अशा प्रकारे महाराष्ट्रातील महारजातीवर जरा जास्तच अत्याचार करण्यात आले जिला एक अस्पृष्य परंतु शूर जात समजल्या जात होते. पेशव्यांना प्रशासनात सूचना दिल्या जात होत्या की त्यांनी त्यांची जात ओळखू यावी म्हणून हातात काळा दोरा बांधायला लावला. यामुळे की सवर्ण त्यांना दूरवरूनच ओळखू येतील. अशाप्रकारे मंदीरात अस्पृष्यांचा प्रवेश निषिद्ध होता. शिक्षण घेणे देखील ब्राह्मणांचेच कार्य होते. अस्पृष्यांना गुलामासारखी वागणूक देण्यात येत होती आणि त्यांच्यासोबत प्राण्यासारखा व्यवहार केला जात होता.

इंग्रजाच्या आगमनाने अस्पृष्यांच्या स्थितीत सुधारणा

ईस्ट इंडिया कंपनीची स्थापना सन १६०० मध्ये करण्यात आली होती परंतु हळू-हळू त्यांचे साम्राज्य वाढत चालले होते. महाराष्ट्रातील एक इतिहासतज्ज्ञ श्री गोविंद सखाराम सरदेसाई असे म्हणतात की, ब्राह्मण पेशव्यांच्या अत्याचारापासून बचाव करून घेण्यासाठी महारांनी इंग्रज सैन्यात सहभागी होवून इंग्रजी राज्याची पताका फडकविण्यात आपलं शौर्य दाखवलं. अशाप्रकारे १० मे, १८१८ रोजी

पुण्यात इंग्रजी झेंडा फडकविण्याचा विधी एका ब्राह्मणाच्या हस्ते करून ब्राह्मणांना भोजन व दान दक्षिणा देण्यात आला, ज्यामुळे ब्राह्मणांचा स्वाभीमान राखण्यात आला आणि सुरूवातीला शिक्षण हे ब्राह्मणापुरतेच मर्यादीत ठेवण्यात आले आणि इतर हिंदूना देखील शिक्षणापासून वंचित ठेवण्यात आले. अस्पृष्यांच्या शिक्षणाचा तर प्रश्नच [illegible] नाही. पुढे चालून कंपनी सरकारने लॉर्ड मॅकालेच्या प्रयत्नाने भारतीयांना शिक्षण देण्यास सहमती दर्शवली. अशाप्रकारे १८४० मध्ये मुंबईत बोर्ड ऑफ एज्यूकेशन्सची स्थापना करण्यात आली. इतर हिंदूवरची शिक्षण बंदी तर उठविण्यात आली. परंतु अस्पृष्यांसाठी ज्ञान-प्रसाराचा मार्ग अद्यापही बंद होता. इतका की १८५६ मध्ये एका महार विद्यार्थ्यांचा प्रवेश अर्ज बोर्डाच्या डाइरेक्टर्सने यामुळे नाकारला की इतर हिंदू नाराज होतील. सरकारी धोरणे देखील तोपर्यंत अस्पृष्यांच्या विरोधात होते.

ब्रिटिश संसदेचे भारतावर नियंत्रण

१८५७ च्या विद्रोहांनतर ईस्ट इंडिया कंपनीचा संपूर्ण कारभार ब्रिटिश संसदेने हाती घेतला. इंग्रज आपली सत्ता डळमळीत होत असल्याचे पाहून समजून गेले की त्यांना जर राज्य करायचे असेल तर जरा हुशारीने घ्यावे लागेल. ईस्ट इंडिया कंपनीत जिथे हिंदू सर्वात जास्त होते तिथेच त्यांनी हलक्या जाती अर्थात अस्पृष्य आणि दलितांना देखील सैन्यात भरती करायला सुरूवात केली. कंपनी सरकारच्या चालू धोरणानुसार। सैनिकाच्या कुटुंबाला शिक्षण देणे अनिवार्य होते. ज्यामुळे त्यांच्या मुलांमध्ये शिक्षणाचा प्रसार होवू लागला आणि त्याच्या चिंतन शक्तीला विकसित होण्यास थोडा वाव मिळाला, ज्यामुळे समाजात आपल्या परिस्थितीचे भान त्यांना होवू लागले. अस्पृष्यांमध्ये शिक्षणाचा प्रसार अस्पृष्यांना सैन्यात भरती केल्यामुळे वाढत चालला होता.

इतर मार्ग ज्यामुळे अस्पृष्यता कमी होण्यास मदत झाली

ख्रिश्चन मिशनरी धर्माचा प्रसार करण्यासाठी दलित वर्गासाठी शाळा उघडू लागली होती. जिथे सरकारने दलिताचे शिक्षण थांबवले होते तिथे याच्या उलट त्या ख्रिश्चन मिशनऱ्या या कार्यासाठी आर्थिक मदत पण देत असत.

धर्मांतराला प्रोत्साहन मिळावे म्हणून सरकारने १८३२ मध्ये एक कायदा देखील केला ज्यामुळे जे हिंदू किंवा मुसलमान या धर्मातून ख्रिश्चन झाले आहेत, त्यांना देखील त्यांच्या वडिलोपार्जित संपत्तीत वाटा मिळेल. त्यावेळी धर्मांतराची अशी लाट आली की अनेक अस्पृष्यांनी ख्रिश्चन धर्म स्वीकारला.

मुंबई ते ठाण्यापर्यंतची रेल्वे-यात्रा

इंग्रजांनी आपल्या सोईसाठी का असे ना परंतु १९५३ मध्ये मुंबई ते ठाण्यापर्यंत रेल्वे चालू केली आणि त्यानंतर १९६३ मध्ये मुंबई ते ठाण्यापर्यंतची रेल्वे लोकांसाठी केवळ कौतूकाचा विषयच ठरला नाही तर रेल्वे प्रवासामुळे अस्पृष्यतेची भावना थोडी शिथिल देखील होवू लागली. प्रवासात अनेकांचा एकमेकांना स्पर्श होतोच. त्यावेळी कोणाकडे इतका वेळ कुठे असतो की कोण कोणत्या जातीचा आहे हे विचारायला. सांगायचे इतकेच की, भारतात मुंबई ते ठाण्यापर्यंत पहिली ऐतिहासिक धावत्या रेल्वेने हळू-हळू खऱ्या अर्थाने अस्पृष्यतेच्या भावनेला नकार दिला.

मुंबई यूनिव्हर्सिटीची स्थापना

देशाच्या अनेक प्रमुख शहरामध्ये शाळा आणि कॉलेज उघडू लागले होते. मॅट्रिकची पहिल्या परीक्षेची सुरूवात १८५६ मध्ये झाली. सन १८५७ मध्ये मुंबई, कोलकत्ता आणि चेन्नई विद्यापीठाची स्थापना झाली होती. मुंबई यूनिव्हर्सिटीच्या आरंभिक काळात डिग्री घटकांत जस्टिस महादेव गोविंद रानडे, जस्टिस काशीनाथ त्र्यंबक तेलंग आणि डॉक्टर रामकृष्ण गोपाळ भंडारकर यांचे नाव उल्लेखनीय आहेत. या सारख्या शिकलेल्या लोकांनी हिंदू समाजाच्या उन्नतीसाठी कार्य करायला सुरूवात केली होती, याच महानुभावच्या कृपेने १८६७ मध्ये मुंबईत 'प्रार्थना समाजाची' स्थापना झाली परंतु या शिकलेल्या लोकात त्यावेळी इतके धाडस नव्हते की जाहीरपणे त्या शक्तीच्या विरोधात लढतील. ज्यांच्यामुळे अनेक पिंढ्यापासून इथे अस्पृष्यांचे शोषण चालू होते.

शिक्षणाचा प्रचार-प्रसार

१८ व्या शताब्दीपर्यंत सामाजिक कुप्रथेने कळस गाठला होता. इंग्रजी

शिक्षणाचा परिणाम म्हणून १९ व्या शतकाच्या आरंभी या दिशेने काही सुधारणा व्हायला सुरूवात झाली. महाराष्ट्रात सन १८४० च्या आस-पास सामाजिक आणि धार्मिक परिस्थितीत परिवर्तन दिसायला सुरूवात झाली.

महाराष्ट्रातील समाजसुधारकांत सर्वप्रथम श्री ज्योतिराव गोविंदराव फुले (१८२७-९०) यांचे नाव समोर येते. असे असले तरी त्याकाळी श्री गोपाल हरि देशमुख देखील आपल्या मराठी लेखाद्वारे सामाजिक विषमता, परंपरावादी आणि रूढीग्रस्त समाजाच्या विरूद्ध कठोर टीका-टिप्पणी करीत होते. त्यांच्या लेखात समाजाच्या दयनीय स्थितीचे ते चित्रण वाचायला मिळते यात सर्वात जास्त स्त्रीयांची सुर्दशा आणि जातीगत वाईट गोष्टीबद्दल अधिक चिंतन केलेलं दिसतं.

श्री ज्योतिराव फुले माळी समाजात जन्मले होते. जिला ब्राह्मण समाज शुद्र समजत होता. या गोष्टीला त्यांनी चांगल्याप्रकारे समजून घेतले होते. एकदा ते ब्राह्मण मित्राच्या नियंत्रणावरून एका शूद्राच्या वरातीत सहभागी झाले होते. ब्राह्मण वर्गाला एका शूद्राचे सहभागी होणे रूचले नव्हते आणि त्यांनी ज्योतिराव फुल्यांचा तिरस्कार करून वरातीमधून हाकलले होते.

श्री फुल्यांनी प्राचीन ग्रंथांचा अभ्यास करून निष्कर्ष काढला की समाजात स्त्रीयां, दलित यांचे सर्वाधिक शोषण केल्या जात आहे. १८६९ मध्ये त्यांनी 'छ. शिवाजी राजे यांचा पोवाडा' नावाचे दीर्घ काव्य लिहिले ज्यामुळे त्यांची शिवाजी महाराजाच्या जाती-निरपेक्ष दृष्टिबद्दल त्यांच्या मनात किती जिव्हाळा होता हे दिसून येतो. १८७३ मध्ये 'ब्राह्मणांचे कसब' या नावाने लिहिलेल्या त्यांच्या पुस्तकात त्यांनी ब्राह्मणांचा कुटील डाव उघड केला होता. १८७३ मध्ये आणखी एक पुस्तक 'गुलामगिरी' या नावाने प्रकाशित झाले. या पुस्तकात त्यांच्या मौलिक प्रतिभेचा देखील आभास झाला. ज्यात त्यांनी भारतीय समाजाच्या दलित वेदनेला जगातील निग्रो आंदोलनासोबत जोडून आपल्या व्यापक दृष्टिचा परिचय करून दिला. १८८३ मध्ये त्यांनी शेतकऱ्यांची दुर्दशा संदर्भात 'शेतकऱ्यांचा असूड' या नावाचे पुस्तक लिहिले. १८८५ मध्ये त्यांचे आणखी एक पुस्तक 'इशारा' आले त्यात देखील त्यांनी शूद्रांच्या असहाय स्थितीचे हुबेहुब चित्रण केले.

श्री फुले वास्तवात इंग्रजी शिक्षणामुळे अंत्यत प्रभावीत झाले होते. त्यांनी ब्राह्मणांवर तर्कविसंगत हल्ले तर केलेच परंतु त्यांचा उद्देश अशा समाजाच्या

निर्मितीचा होता ज्यात समस्त व्यवस्था एकमेकांची अवहेलना करणारी नसेल. आपल्या या विचाराला त्यांनी त्यांच्या निर्वाणापूर्वी प्रसिद्ध केलेल्या 'सार्वजनिक सत्यधर्म' या पुस्तकात मांडले होते. यावरून समजते की श्री फुले महाराष्ट्रात एक राशत आक्रमक-विद्रोही व्यक्ती असण्यासोबत एक प्रतिभासपन्न व्यक्ती देखील होते. ज्यांनी सदैव आपल्या उद्दिष्टांच्या दिशेने काम केले. हेच कारण आहे की त्यांनी १८४८ मध्ये पुण्यात मुलींसाठी शाळा सुरू केली. ज्यात त्यांच्या पत्नीने शिक्षिका बनून त्यांना सहकार्य केलं. १८५४ मध्ये त्यांनी अस्पृष्य मुला-मुलींसाठी शाळा सुरू केली आणि स्वतः शिकवू लागले. त्यांच्या या कार्याने नाराज होवून त्यांच्या वडिलांनी त्यांना घराबाहेर काढले परंतु त्यांनी आपला ध्येय-मार्ग सोडला नाही. सन् १८८८ मध्ये जनतेने त्यांना 'महात्मा' ही उपाधी बहाल केली. १८९० मध्ये त्यांचे महानिर्वाण झाले.

न्यायमूर्ती गोविंद रानडे देखील महाराष्ट्रातील प्रमुख समाज चिंतकापैकी समजले जातात. त्यांनी स्वातंत्र्य प्राप्तीपेक्षा जास्त जोर 'समाज सुधारणेवर' दिला. त्यांचे असे मत होते की की, स्वातंत्र्यानंतर समाज सुधारण्याच्या प्रक्रियेत खंड पडू शकतो. इंग्रज सरकारकडून ते अशी अपेक्षा ठेवत होते की ते स्वातंत्र्य प्राप्ती करण्यापूर्वी जास्तीत जास्त प्रमाज सुधारणा करण्याच्या कार्यात प्रयत्नशील रहातील.

त्याकाळात ब्रिटिश शासनात महार जातीच्या लोकांना सैन्यात जास्तीत जास्त भरती केल्या जात होते. त्यांच्या शूरपणामुळेच ब्रिटिश साम्राज्यात 'महार बटालियन' ची स्थापन करण्यात आली. यामुळे एका अपेक्षित पिढीसाठी आपली दशा सुधारण्यासाठी एक पार्श्वभूमि तयार होवू लागली.

महार सैन्यातून गोपाळबुवा कृष्णा वलंगकर नावाचे एक सैनीक १८८६ मध्ये रिटायर काय झाले आणि त्यांनी आपले पुढील आयुष्य समाजकार्य करण्यासाठी व्यतित करायचे असे ठरविले. त्यांनी महाराष्ट्रातील दापोलीत दलित समाजाच्या उद्धारासाठी सामाजिक संस्था 'अनार्य दोष परिहार मंडळांची' स्थापना केली होती. ही त्या काळाची अशा प्रकारची पहिली संस्था होती. वास्तवात ते महात्मा फुलें यांच्यापासून प्रेरित होते. याच प्रभावातून सैन्यात राहून त्यांनी अभ्यास केला आणि अनेक धर्मग्रंथ वाचले आणि त्यांच्या लक्षात आले की अस्पृष्य जे की अनार्य आहेत त्यांना आर्यांनी आपल्या सामर्थ्याच्या जोरावर दयनीय अवस्थेला नेलं. याच कारणामुळे त्यांनी आपल्या संस्थेचे नाव 'अनार्य दोष परिहार मंडळ'

असे ठेवले. त्यांनी आपल्या पुस्तकांत दलिताबद्दल करूणा दाखविली आणि लोकांना सांगितले की दलित ईश्वराची नाही तर उच्च वर्गाने केलेल्या शोषणाची देण आहे.

१८६७ मध्ये 'प्रार्थना समाजाची स्थापना'

मुंबईत जस्टिस रानडे आणि डॉक्टर भंडारकराने १८६७ मध्ये 'प्रार्थना समाजाची' स्थापना केली. उद्देश ईश्वर एकच असल्याचे सांगून समाजाला एकत्र करणे आणि जातीभेदाच्या विरूद्ध कार्य करणे होतो परंतु या समाजाला या क्षेत्रात जास्त काही करता आले नाही. त्यांच्या अपयशात त्यांच्या कार्ययोजनेचा काही दोष नव्हता कारण ही मंडळी आपल्या मर्यादीत शक्तीच्या जोरावरच समाजाला चमत्कारपूर्ण पद्धतीने बदलण्याचा प्रयत्न करीत होती.

ज्यावेळी जस्टिस रानडे आणि लोकमान्य टिळक बहिष्कृत झाले

पुण्याच्या पंच-हौद मिशन स्कूलमध्ये काही विद्वानानी जस्टिस रानडे आणि लोकमान्य टिळकासारख्या काही लोकांना व्याख्यान देण्यासाठी ऑक्टोबर, १८९१ मध्ये आमंत्रित केले होते. व्याख्यान संपल्यानंतर चहा-पाण्याचा कार्यक्रम झाला. खिश्चनांच्या हस्ते चहा-पाणि घेतल्याचा मुद्दा उपस्थित करून एका मराठी दैनिक 'पूर्णवैभवने चांगली टीका करीत त्यांच्या विरोधात असे जनमत तयार केले ज्याला कट्टर पंथियानी समर्थन दिले. हे प्रकरण त्यांनी शंकराचार्यापर्यंत नेले. त्याचा परिणाम म्हणून शंकराचार्यानी कार्यक्रमास उपस्थित या गणमान्य लोकांना विधीपूर्णक पश्चाताप करण्याचा सल्ला दिला. विवश होवून रानडेने तर विधीपूर्वक परंतु टिळकांनी काशीला जावून प्रायश्चित घेतले. ज्यांनी-ज्यांनी असे करायला नकार दिला. त्यांना समाजाने बहिष्कृत केले.

राजा छत्रपती शाहूंचे योगदान

कोल्हापुरा संस्थानचे राजा छत्रपती शाहू महाराजांचे योगदान देखील तितकेच महत्वाचे आहे. १८९४ च्या आपल्या शासनकाळात त्यांच्या संस्थानात उच्च पदावर ब्राह्मणांचे निर्विवाद राज्य होतं. चवथ्या श्रेणीचे कर्मचारी म्हणून शूद्रांची भरती होत होती. शाहू महाराज, ज्योतिराव फुल्यांच्या कार्यापासून आणि विचारापासून अंत्यत प्रभावीत झाले. त्यांनी देखील याच विचार कार्यानुसार

मागासवर्गासाठी शाळा व शिष्यवृत्ती द्यायला सुरूवात केली, ज्यामुळे शूद्र, अस्पृष्य व मुस्लिमांच्या शिक्षणाबद्दल एक प्रकारची चळवळ सुरू झाली आणि अशाप्रकारे समग्र मागास जाती शिक्षणाचा फायदा घेऊ लागल्या. अशा मागास जातीच्या लोकांना देखील हळूहळू उच्च पदाधिकारी म्हणून नोकरीला ठेवल्या जावू लागले, त्यामुळे ब्राह्मण समाज नाराज झाला आणि शाहू महारांजाच्या विरोधात आग ओकू लागला. ज्यावेळी शाहू महाराजाने पर्व-स्नानाच्यावेळी राजपुरोहिताला पूजा करायला सांगितले तर राजपुरोहिताने वेदमंत्र म्हणायला नकार देत म्हटले,'महाराज आपण शूद्र आहात आणि म्हणून आपंल्याला वेदमंत्र ऐकण्याचा अधिकार नाही' क्रोधित होवून राजाने केवळ राजपुरोहिताला नोकरी वरूनच काढले नाही तर त्याला दिलेली सगळी जमीन-देखील परत घेतली. त्यावेळी शाहू महाराजाने नगदगुरू या नावाचे एक नवीन पद तयार करून ग्रॅज्यूएट तरूण बेनाडीकर सदाशिवराव पाटील यांना नोकरीवर ठेवले. ब्राह्मणाने प्रयत्न केला की ही गोष्ट लंडन-उच्चस्तरीय पातळीवर पोहचवण्याचा. या मागणीला लोकमान्य टिळकांनी देखील समर्थन दिले आणि आपले दैनिक 'केसरी मधून शाहूंच्या विरोधात लेख लिहिला. अशाप्रकारे शाहू महाराजांचे योगदान विसरल्या जाऊ शकत नाही की त्यांनी देखील अस्पृष्यतोद्धारासाठी आपली कार्यप्रणाली तडीस नेली.

डिप्रेस्ड क्लासेस मिशन सोसायटीची स्थापना

ज्या आंदोलनाची सुरूवात ज्योतिराव फुल्यांनी एक क्रांतीकारी म्हणून केली होती. त्याच आंदोलनाला एक नवी दृष्टि प्रदान करीत कर्मवीर विठ्ठल रामजी शिंदे (१८३७-१९४४) यांनी प्रार्थना समाजाचे एक कार्यकर्ता म्हणून कार्य पुढे चालू ठेवले. त्यांच्याच जोरदार प्रयत्नानंतर सर नारायणराव चंदावरकर (१८५५-१९२३) सारखी प्रतिष्ठित व्यक्ति जो की हाईकोर्टचे जज, मुंबई कौंसिलचे अध्यक्ष तसेच मुंबई विद्यापीठाचे व्हाइस चांसलर होते, त्यांच्या अध्यक्षतेखाली 'डिप्रेस्ड क्लासेस मिशन सोसायटी ऑफ इंडिया' ची स्थापना केली होती. त्यांनी अस्पृष्यतेच्या शिक्षणासाठी खास प्रयत्न केले ज्यामुळे त्यांच्या जीवनाचा स्तर सुधारल्या जाईल. त्यांच्या या प्रयत्नामुळे त्यांच्या मिशन कार्याला सरकार आणि समाज दोन्हीने प्रसंशनीय ठरवले. हेच कारण आहे की या संघटनाच्या नावावर

हिंदू, मुसलमान, ख्रिश्चन. पारसी आणि इंग्रज देखील आर्थिक साह्य प्रदान करीत होते.

महाराष्ट्राचे तत्कालीन अस्पृष्यतोद्धार आंदोलनाच्या संक्षिप्त इतिहासावर प्रकाश टाकताना एक गोष्ट स्पष्ट होते की ब्राह्मण वर्गाचा एक मोठा विभाग आपल्या जातीच्या अहंमध्ये इतका बुडाला होता की, ते आपल्या शिवाय इतर जातींना शूद्र किंवा अस्पृष्य समजून त्यांना अनेक पिढ्यांपासून दाबल्या जावू लागले होते. अस्पृष्य लोक तर नेहमी गावाच्या बाहेरच रहात होते, जिथे त्यांना जीवन जगण्याचे साधन खूपच कमी प्रमाणात उपलब्ध होत होते. एकोनिसाव्या शतकाच्या शेवटपर्यंत या कमजोर विभागाला काही विशेष प्रभावशाली नेते आपल्या जातीत जर अगदीच उपलब्ध होत नव्हते. दुसऱ्या इतर सवर्ण वर्गाची काही मंडळी देखील त्यांच्या आंदोलनाला काही दयाभाव दाखवत राहातात. ज्यामुळे आंदोलनात ती स्फुर्ती व जोश नव्हता जो की असायला हवा होता.

हा समाज एका अशा नेत्यांच्या शोधात आतापर्यंत होता जो त्यांच्यामधूनच आलेला असेल आणि ज्याने तसाच दलित वर्ग पीडाग्रस्त असावा जशा या जाती पिढ्यांपासून हा छळ सहन करीत आलेल्या होत्या. वेळेचे कपाट त्या प्रतिक्षेला दूर करण्यासाठी उघडणार होते, ज्यात डॉ. बाबासाहेब भीमराव आंबेडकरांचा उदय होण्याची निश्चित वेळ येणार होती.

प्रकरण - दोन

डॉ. आंबेडकरांचे जीवन

वंश परंपरा व कौंटोबिक पार्श्वभूमि

महाराष्ट्रतील रत्नागिरी जिल्ह्यात अंबावडे नावाच्या गावात मालोजीराव संकपाळ याचे कुटुंब रहात होते. ते रामानंद पंथाचे अनुयायी होते. त्यांच्या कुळाचा संबंध महार जातीसोबत होता. मालोजीरावाची दोनच अपत्य जगली होती. त्यांचे पुत्र ज्यांचं नाव रामजी मुलगी जिचं नाव मीरा होतं. दुदैवाने मीरा अपंग होती.

मालोजीराव सैन्यात होते. १८५७ मध्ये सैनिकाच्या विद्रोहानंतर ब्रिटिश सरकार सावध झालं होतं. त्यावेळी उच्च जातीचा बोलबाला होता. सरकारने सवर्णाची एकाधिकारशाही मोडून काढण्यासाठी आपल्या धोरणात बदल केला आणि विविध जातींना सैन्यात भरती करण्यात येऊ लागले. याच संधीचा फायदा घेत मालोजीराव सैन्यात भरती झाले आणि हवालदार या पदावरून निवृत्त झाले. महार जात शौर्यासाठी ओळखल्या जात होती. या जातीने आपल्या युद्ध-कौशल्याने दोन्ही महायुद्धात आपले शौर्य दाखवले होते. हेच कारण होते की या जातीच्या सैनीक तुकडीची एक स्वतंत्र रेजिमेंट स्थापन करण्यात आली होती.

सैन्यात असताना मालोजीरावाची ओळख सुभेदार धर्मा मुरवाडकर यांच्यासोबत झाली. ते मुंबई भागातील कोकणात रहात होते. योगा-योगाने सुभेदार आपली मुलगी भीमाबाईसाठी नवरदेवाच्या शोधात होते. उच्च पदवी व श्रीमंत घराण्यातील सुभेदाराला मालोजी रावाचा स्वभाव व व्यक्तिमत्त्व चांगलं भावलं आणि त्यांनी आपल्या मुलीचे नाते मालोजीरावाचे पुत्र रामजी यांच्यासोबत जोडायला तयार झाले.

सुभेदाराच्या काही नातेवाईकांना हे नातेसंबंध काही योग्य वाटत नव्हते की एका गरीब कुटुंबात सुभेदाराने आपल्या मुलीचा विवाह करावा. सुभेदारांनी निश्चियपूर्वक हे नाते घडवून आणले आणि रामजी आणि भीमाबाई यांचा सन १८६५ मध्ये विवाह संपन्न झाला. त्यावेळी रामजीचे वय वीस वर्ष आणि भीमाबाईचे वय तेरा वर्षाचे होते.

भीमाबाईचे काही नातेवाईक तिला गरीब घराण्यात लग्न केल्याबद्दल अपमानीत करीत होते. ज्यामुळे भिमाबाईने शपथ घेतली की ती माहेराला त्याचवेळी जाईल ज्यावेळी ती आर्थिक दृष्ट्या सबळ होईल.

रामजी सैन्यात एक साधारण सैनीक होते परंतु खेळांमध्ये त्यांना चांगलीच

आवड व जबरदस्त पकड होती. ज्यामुळे एका मोठ्या अधिकाऱ्यांचे लक्ष्य त्यांच्याकडे गेले आणि त्यांच्या प्रोत्साहनाने रामजींना पुण्याच्या टीचर्स ट्रेनिंग स्कूलमध्ये पाठविण्यात आले. रामजी पुण्याला निघून गेल्यावर भीमाबाई मुंबईतच राहिल्या. त्याचा परिणाम असा झाला की दोघांचा वेगवेगळ्या ठिकाणी राहण्याचा खर्च वाढला. त्यामुळे भीमाबाईने मजुरी करून आपला खर्च भागविण्याचा प्रयत्न केला.

रामजीने सैन्यात राहून नॉर्मल स्कूलमध्ये शिक्षकाची ट्रेनिंग घेतली. इंग्रजी त्यांना चांगलं जमत होतं. त्यांना पदोन्नती देत सैनिकी स्कूलचे प्रिसिंपल करण्यात आले. अशाप्रकारे त्यांच्या आर्थिक स्थितीमध्ये सुधारणा झाली आणि शपथेनुसार आपल्या माहेरात पाय ठेवला.

रामजी आणि भीमाबाईच्या वैवाहीक जीवनात एकूण १४ मुले झाली, ज्या दिवशी रामजी नोकरीस असताना त्यांची बदली मध्यप्रदेशातील महू या गावी झाली. त्या दिवशी त्यांना सर्वात शेवटचा पुत्ररत्न १४ एप्रिल १८९१ मध्ये झाला, त्यांचेच नाव होते भीमराव. त्यांच्या १४ मुलीपैकी केवळ सातच मुले जगू शकली होती. ज्यात बालाराम, आनंदराव आणि छोटे पुत्र भीमराव वगळता चार मुली गंगाबाई, रमाबाई, मंजुळा आणि तुळसा वाचली होत्या.

रामजी यांची बहिण अपंग असल्यामुळे ती त्यांच्यासोबतच रहात होती. असे असले तरी त्यांचा विवाह झाला होता. परंतु सासरच्या मंडळीने त्यांच्यावर केलेल्या अत्याचारामुळे त्या माहेरीच रहात असत. मीराबाई एक कष्टाळू आणि प्रभावशाली स्त्री होती आणि रामजीच्या कुटुंबाची काळजी घेत होती.

रामजी धार्मीक वृत्तीचे व्यक्ती होते. सकाळ-संध्यकाळी पूजा-अर्चना करीत होते. त्यांना शिक्षणाबद्दल खूप आवड होती. त्यांनी सैनीकी शाळेत १४ वर्षापर्यंत शिकवले. आपल्या मुलांच्या शिक्षणासाठी ते जागृत राहिले आणि शिक्षणाची जी संधी सैनिक कुटुंबाला मिळत होती, ती ते गमावू इच्छित नव्हते. इंग्रजी राजवटीचा हा नियम होता की सैन्यातील लहान-मोठ्या सर्वांना शिक्षण घेण्याचा अधिकार जरूर मिळावा. नाहीतर दलितांचे आणि शिक्षणाचे दूरदूरपर्यंत काही नाते नव्हते. त्यामुळे त्यांची मुले शिकू लागली होती.

सन् १८९४ मध्ये ज्यावेळी भीमराव अडीच वर्षाचे झाले होते, त्यांचे वडील सेवानिवृत्त झाले होते. त्यांना आता पेंशन म्हणून केवळ ५० रूपयेच मिळत होते. ज्यात एका मोठ्या कुटुंबाला सांभाळणे कठीण होते. त्यांना अद्याप स्वतःचे

घर विकत घेता आले नव्हते. म्हणून ते कुटुंबासहित आपल्या दापोली या गावी आले. इथे आनंदरावाला त्यांनी प्राथमिक शाळेत भरती केले होते. त्यांनतर भीमराव देखील शाळेत जावू लागला. कुटुंबाचा सांभाळ करण्याच्या काळजीपोटी रामजी छोट्या-मोठ्या कामाच्या शोधात फिरू लागले. परंतु लहानशा गावात काही काम मिळत नाही असं पाहून ते मुंबईला निघून गेले.

बाल भीमाला मातृशोक

मुंबईत देखील त्यांना काही काम मिळालं नाही, परंतु प्रयत्न करीत राहिल्याने त्यांना साताऱ्यात नोकरी मिळाली. भीमरावाच्या शिक्षणाची देखील इथे व्यवस्था झाली. इथे भीमरावाची तबियत ठीक नसाची. त्यांना डोकेदुःखीचा त्रास असायचा. याच काळात रामजीरावची बदली गोरेगावात झाली. ते एकटेच गोरेगावाला गेले. कुटुंब जागेवरच राहिलं. भीमाबाईची तबियत हळूहळू बिघडत चालली. रामजीरावाला याची कल्पना देण्यात आली. तात्काळ धावत आले. परंतु कसलीही दवा कामाला आली नाही. शेवटी १८९६ मध्ये ज्यावेळी भीमराव केवळ पाच वर्षाचे होते ते आईविना पोरके झाले.

रामजीरावांचा पुनर्विवाह व सावत्र आईसोबत भीम

पहिल्या पत्नीच्या निधनाने रामजीराव अंत्यत दुःखी होते, मीराबाई अद्याप कुटुंबाला सांभाळण्याचं काम करीत होती परंतु कुटुंबाचं ओझं जास्तीचं वाढलेलं पाहून रामजीरावने काही काळानंतर दुसरा विवाह करण्याचा विचार केला आणि जीजाबाई नावाच्या एका विधवेसोबत पुनर्विवाह केला. भीमरावाला आपली दुसरी आई आवडत नव्हती. आईचे दागिने त्याच्या सावत्र आईने घालावेत हे बाल भीमाला आवडत नव्हते. परिणामी त्यांच्यात संघर्ष होई.

शाळेतील अनुभव आणि त्याचा भीमरावांच्या जीवनावर प्रभाव

भीमराव शिक्षणात हुशार होते. शाळेच्या पुस्तकाशिवाय त्यांना इतर पुस्तके वाचण्याचा छंद होता. ते स्वभावाने देखील अंत्यत दृढ निश्चयी होते, मनात येईल ते केल्याशिवाय रहात नसत.

साताऱ्याच्या छावणीत दोघे बंधू शिक्षण घेत होते. एका दिवशी जोराचा पाऊस पडू लागला. छत्री पण नव्हती. ती मोठ्या बंधूने नेली होती. मागे भीमराव

पावसाच्या पाण्याने भिजून शाळेत पोहचला तर पेंडसे नावाच्या ब्राह्मण शिक्षकाने विचारले, 'अरे, भीमा पूर्णपणे भिजलास, छत्री नाही आणली का?'

भीमाने उत्तर दिले, "काय करणार गुरूजी, छत्री एकच होती आणि पाऊस जोराचा, एकाला भिजावेच लागले."

गुरूजी भीमवर खूप प्रभावित होते. मुलगा आजारी पडू नाही म्हणून त्याला आपल्या घरी घेऊन गेले. त्यांनी आंघोळीला गरम पाणि दिले आणि भिजलेले कपडे वाळायला टाकले तसेच भीमाला नेसायला एक लंगोटी पण दिली. त्यानंतर शाळेत त्यांना लंगोट लावून बसू दिले, ज्यामुळे वर्गातील मुले इतकी हसली की त्याच्या डोळ्यात पाणि आले. परंतु ब्राह्मण शिक्षकाची दलित विद्यार्थ्यांबद्दलची सहानुभूती या गोष्टीचा जणू संकेत देत होती की एका अस्पृष्य विद्यार्थ्यात भविष्यातील असीम प्रतिभा विकसित होण्याची शक्यता ते पहात होते. भीम गुरूजीपुढे सतत नतमस्क होत. सदा आभारी राहिले.

आणखी एक ब्राह्मण शिक्षक ज्यांचे आडनाव 'आंबेडकर' होते. भीमाच्या जीवनात एका प्ररेक प्रसंगाप्रमाणे आले. भीमाची शाळा घरापासून दूर असल्यामुळे रोज ते मधूनच घरी जात असल्याचे पाहून त्यांना थोडे वाईट वाटले. त्यांनी मधूनच शाळा सोडून घरी जावू नये. त्यासाठी त्यांनी असा प्रयत्न केला की स्वतःसाठी ते जे खायला आणत होते त्यामधूनच भाजी-भाकरी भीमासाठी ठेवत असत. शिक्षक ब्राह्मण असल्यामुळे थोडा मिश्रित व्यवहार करीत. जेव्हा ते बालक भीमला भाजी भाकरी वाढत, त्यावेळी दलिताला स्पृष्य होवू नाही म्हणून दूरवरूनच त्यांच्या हातात भाकर-भाजी टाकत. परंतु मुळात एका ब्राह्मणाला दलित विद्यार्थ्यांबद्दल वाटणारे ते प्रेम होते.

इतकेच नाही तर त्याच शिक्षकाने एका दिवशी भीमचे अंबावडेकर हे आडनाव उच्चारायला कठीण असल्याचे सांगितले. या कठीण नावाला ते दुरूस्त करू इच्छित होते, म्हणून ते भीमला म्हणाले, 'भीम तू यानंतर तुझे नाव 'आंबेडकर' असे ठेव'

भीमने विचारले, का गुरूजी?'

"यामुळे की अंबावडेकर म्हणायला कठीण वाटते. माझे नाव देखील आंबेडकर आहे. बोलायला सरळ, आजपासून तुझे नाव शाळेच्या रजिस्टरवर

देखील हेच लिहितो."

'ठीक आहे गुरूजी'

त्या दिवशी एका ब्राह्मणांनी आपल्या विद्यार्थ्यांला असे नाव दिले जसे एक वडील आपल्या मुलाला देतात. ते नाव देवून ते याची अपेक्षा ठेवतात की मुलगा नाव मोठं करील. खरोखरच हा एक अत्यंत रोमांचक प्रसंग होता. भविष्यात 'आंबेडकर' एक स्वर्ण अक्षराप्रमाणे चमकणारे नाव म्हणून समोर आले.

भीमला शाळेत व शाळेबाहेर आलेले वाइट अनुभव

दलित असल्यामुळेच भीमरावला इतरांपेक्षा वेगळं बसावं लागत होतं. इतकेच नाही तर शाळेत बसायचे आसन देखील त्यांना सोबत घेऊन जावे लागत होते. शाळेत तहान लागल्यावर पाणि पिणे देखील त्यांना शक्य नव्हतं. पाणि पिण्याची इच्छा सांगितल्यावर एखादा सवर्ण विद्यार्थी दूरवरूनच त्यांच्या हातावर पाणि टाकत असे जे त्यांना ओंजळ करून प्यावे लागत असे.

बाल भीमला दलित असल्यामुळे अनेक वाइट अनुभवांचा सामना करावा लागत होता. जो तो त्यावेळी त्यांना समजण्याच्या पलिकडचा होता. त्यांच्यासोबतच असे का वागत ओहत; हे समजण्याचे वय नव्हते. त्यांचे वडील गोरेगावात नोकरी करीत असताना त्यांना असाच एक अनुभव आला. ते त्यावेळी साताऱ्यात शिक्षण घेत होते. त्यांनी वडिलांना पत्र लिहिले की ते त्यांना भेटायला येत आहेत. अशा पद्धतीने दोन्ही भावंडं एक भाचा रामजींना भेटायला साताऱ्याहून रेल्वेत बसून मसुर स्टेशनला उतरले. स्टेशनला उतरल्यावर ते आपल्या वडिलांची प्रतिक्षा करू लागले परंतु ना वडील आले ना त्यांना घ्यायला कोणी आले. वास्तवात असे घडले होते की एका नोकरामुळे त्यांचे पत्र त्यांच्या वडिलांना मिळाले नव्हते.

कोणी न आलेलं पाहून मुलं स्वतःच गोरेगावला जायला निघाली. त्यांनी स्टेशन मास्टरला आपली हकिकत सांगितली. स्टेशन मास्टरला त्यांची दया आली. परंतु कोणीही बैलगाडीतून महार जातीच्या मुलांना बसवून घ्यायला तयार नव्हतं.

शेवटी, एक गाडीवाला दुप्पट किरायाने त्यांना घेऊन जायला तयार झाला. तो पण या अटीवर की अस्पृष्यतेमुळे तो पायी चालेल आणि मुलांपैकी एखाद्याला गाडी चालवावी लागेल. त्यावेळी आनंदरावने गाडी हाकली आणि अशाप्रकारे दोन तासाचा प्रवास सकाळ ऐवेजी संध्याकाळी संपला. भूक तर

त्यांनी सोबत आणलेल्या भाकरी खाऊन पूर्ण केली. परंतु महार जातीचे असल्याने त्यांना कुठेही पाणि मिळाले नाही. गाडीवाल्याने असमर्थता दाखवत एक डबके दाखवले, जिथे ते पाणि पिऊ शकले.

अशाच प्रकारची घटना साताऱ्यात देखील घडली. जिथे तहान लागल्यावर त्यानी पाणि पिण्यासाठी विहिरीतून पाणि काढण्याची हिंमत दाखवली होती. मग काय! माहीत झाल्यावर त्यांना चांगलाच चोप बसला. अशाप्रकारच्या घटनांनी बाल भीमच्या मनावर आत्मसन्मानाच्या जखमा होवू लागल्या होत्या. अशाप्रकारे हळू-हळू त्यांच्या मनात स्वाभीमानाची भावना वाढीस लागत होती. हेच कारण होते ज्यामुळे समाजात पसरत चाललेल्या अन्यायाच्या विरोधात आवाज उंचावण्यासाठी ते उभे राहिले.

अस्पृष्य असल्याने खेळाची आवड असणाऱ्या भीमला शाळेतील खेळात भाग घेता आला नाही. इतका की न्हावी देखील महार जातीचे केस कापायला नकार देत असत. नाइलाजाने भीमच्या बहिणींनाच आनंदराव व भीमच्या डोक्यावरची केस कापावी लागत.

स्वाभीमानी भीमला समाजात सतत तिरस्काराचे घोट प्यावे लागत होते.

स्वावलंबी बनण्याची इच्छा

आपल्या कुटुंबाची आर्थिक विवंचना लक्षात घेता भीमला वाटत होते की स्वतःच्या पायावर उभे रहावे. स्वावलंबी होण्याच्या भावनेपोटी ते स्टेशनवर लहान-मोठे काम देखील करत होते. त्यांच्या मनात अशी इच्छा पण जागृत होवू लागली की छोटे-मोठे काम करण्यापेक्षा मुंबईत जावून मिलकामगार बनावे. परंतु तिथे जाण्याइतके पैसे पण त्याच्याकडे नव्हते. त्यांच्यासाठी पैसे काढावेत म्हणून आत्याचे पैसे चोरावेत हा विचारही त्यांच्या मनात आला. दोन-तीन दिवसाच्या प्रयत्नानंतर त्यांनी थैली चोरल्यावर त्यांच्या लक्षात आले की तिच्यात केवळ आणि आणाच होता. इतक्या पैशात काही होणारं नव्हतं, उलट भीमच्या मनात चोरी केल्याबद्दल हीन भावना उत्पन्न झाली आणि त्यांनी मुंबईला जाण्याचा विचार सोडून देत असा निश्चय केला की तो अभ्यासात लक्ष घालून भविष्यात खूप मोठी प्रतिष्ठा प्राप्त करील.

एलिफिन्स्टन शाळेत दाखल

आपण मागे वाचलेच आहे की भीमला शाळेच्या पुस्तकाव्यतिरिक्त अवांतर पुस्तके वाचण्याची आवड होती. त्यांची ही आवड शिक्षकाच्या देखील लक्षात आली होती आणि रामजीरावांना ही गोष्ट चांगलीच माहीत होती. ही इच्छा पहाता रामजी आपल्या कुटुंबाला साताऱ्याहून मुंबईला घेऊन गेले. तिथे ते एका गरीब चाळीत राहू लागले. एका लहानशा खोलीत संपूर्ण कुटुंब राहू लागलं होतं. परंतु रामजीने दोन्ही मुलांचा मुंबईच्या नावाजलेल्या एलिफिन्स्टन शाळेत दाखला घातला.

मुंबईच्या नव्या वातावरणात भीमला स्वातंत्र्याचा नवा अनुभव मिळाला. इथे त्यांनी त्यांच्या नेतृत्वाखाली क्रिकेटची एक टीम तयार केली आणि दुसऱ्या टीम सोबत मॅच खेळू लागले. खेळण्यामध्ये कधी-कधी भांडण पण होत असे परंतु शरीराने धष्टपुष्ठ असल्यामुळे ते आपल्या विरोधी संघाला भारी पडत.

पुस्तकांचा संग्रह करण्याचं वेड

भीमला जसा पुस्तके संग्रहीत करण्याचे वेड होते. तसेच ती वाचून काढण्याचे वेड देखील काही कमी नव्हते. शाळेतल्या पुस्तकाव्यतिरिक्त पुस्तके वाचल्यामुळे त्यांच्या ज्ञानात अभूतपूर्ण वाढ होत चालली होती, ज्यामुळे त्यांच्यात तर्क करण्याच्या शक्तीत वाढ झाली. पुस्तकांचा छंद असल्यामुळे त्यांना वाटायचे की वाचलेली पुस्तके स्वतःजवळच ठेवून घ्यावीत. म्हणजे पाहिजे त्यावेळी त्यांना ती काढून वाचता येऊ शकतील. भीमचा हा छंद आर्थिक दृष्टिकोणातून रामजी बाबाला खूप महाग पडे. परंतु ते आपल्या मुलाची ही मागणी टाळत नसत तर काहीही करुन तर पूर्ण करीत असत. त्याला आवडणारी पुस्तके आणून देत.

कधी-कधी तर रामजी आपल्या दोन मुली ज्या लग्नानंतर मुंबईत रहात होत्या. त्यांच्या घरी जात आणि त्यांच्याकडून दोन चार रूपये जे काही कमी पडतील ते मागत असत. त्यांच्याजवळ पैसे नसतील तर त्यांच्याकडील दागिने ते गहान ठेवून भीमला लागणारी पुस्तके आणून देत असत. ज्यावेळी त्यांना महिन्याचे पेंशन मिळे त्यावेळी ते दागिने सोडवून घेत आणि मुलींना परत करत. अशाप्रकारे काहीही करून ते आपल्या मुलाची इच्छा पूर्ण करीत. यामुळे भीमरावांकडे पुस्तकांचा चांगलाच संग्रह गोळा झाला.

एलिफिन्सटन शाळेत देखील अपमानाची मालिका

मुंबईच्या एलिफिन्सटन हाइ सरकारी स्कूलमध्ये देखील अनेकदा भीमला जातीच्या नावाने संबोधीत केलेलं ऐकून अपमानीत झाल्यासारखं वाटायचं. एकदा वर्गात एका शिक्षकाने भीमला बोर्डवर लिहिलेले प्रश्न सोडविण्यासाठी बोलावण्यात आले. अनेक विद्यार्थ्यांनी आरडा-ओरडा केला की भीम जर बोर्डाजवळ गेला तर त्यांचा धर्म बुडणार होता. याचे कारण असे होते की बोर्ड ज्याच्या आधारावर ठेवला होता. त्या बोर्डच्या मागे अनेक विद्यार्थ्यांनी आपले डब्बे ठेवले होते. स्पर्श होईल म्हणून विद्यार्थ्यांली भीम बोर्डाच्याजवळ जाण्यापूर्वीच त्यांना रोखले ज्यामुळे ते आपले डब्बे बाजूला करू शकले. जेव्हा सर्व डब्बे काढण्यात आले तेव्हा कुठे भीमला बोर्डावरील प्रश्न सोडवता आला. परंतु या प्रसंगाने भीमच्या मनात अनेक प्रश्न निर्माण केले होते, बोर्डाजवळ गेल्याने डब्बे कसे काय खराब होवू शकतात?

प्रश्न इतकाच असता तर भीमने स्वतःच्या मनाला कोणत्याही प्रकारे समजावले असते की त्याचे मित्र भावनेच्या भरात असं काही करून गेले असतील. परंतु ज्यावेळी एक प्रबुद्ध स्वरूपाचा शिक्षक देखील याच मताचा असेल तर मनात समाजाने आपल्या जातीबद्दल उत्पन्न केलेली घृणा अनेक प्रश्न उपस्थितच करीत नाही तर मनात विद्रोहाची भावना देखील उत्पन्न करते. ज्यावेळी एका शिक्षकांनी भीमला विचारले, 'भीम तू शिकून काय करणार आहेस? तू तर महार जातीचा आहेस. तुझे लिहिणे-वाचणे तर व्यर्थच आहे.'

भीमच्या मनात विद्रोह आला, "गुरूजी तुमचे कर्तव्य विद्यार्थ्यांना ज्ञान देणें हे आहे. याची चिंता करणे नाही की महार जातीचं असल्याने शिकून काय करणार?"

निडर बालकाच्या तोंडून स्पष्ट वक्तव्य ऐकून शिक्षक देखील थक्क झाले. अशाप्रकारे अनेक व्यंगात्मक गोष्टी सहन करीत भीमरावाच्या मनात विद्रोहाची भावना ज्वलंत ठेवत शिक्षणावर जास्तीत जास्त लक्ष केंद्रित करीत राहिले.

संस्कृत न वाचायला बंदी

याला एक प्रकारची विडंबनाच म्हणावी लागेल की आनंदराव व भीमराव दोघांनाही द्वितीय भाषा म्हणून संस्कृत शिकायचे होती. परंतु त्यांची

ही इच्छा यामुळे पूर्ण होवू शकली नाही की संस्कृतच्या शिक्षकाने त्यांना असे सांगितले की ते अस्पृष्य विद्यार्थ्यांना संस्कृत शिकवणार नाहीत. दोन्ही भावंडे मनातली मनात चरफडत राहिले. मग त्यांना दुसरी भाषा म्हणून फारशीची निवड करावी लागली. परंतु भीमरावने आपली आवड कायम ठेवली आणि पुढे चालून स्वतःच संस्कृताचा अभ्यास केला, त्यांना जितके शक्य होते तितके त्यांनी केले. परंतु आपले दु;ख त्यांनी पुढील शब्दात व्यक्त केले, 'मला संस्कृत भाषेचा अंत्यत अभिमान आहे आणि माझी इच्छा होती की मी संस्कृतमध्ये विद्वान होईल, परंतु ब्राह्मण शिक्षकाच्या संकुचित दुष्टिकोणामुळे मला संस्कृत भाषेपासून वंचित रहावे लागले'.

श्री कृष्णाजी केळूस्करांकडून प्रोत्साहन

भीमराव ज्या घरात राहात होते. ते इतके लहान होते की लिहिणे, वाचणे हा विषयच नाही. कुटुंबातील माणसं आरामात बसू पण शकत नव्हते. मुलांच्या शिक्षणासाठी काळीजीत पडलेल्या रामजीरावने एक मार्ग स्वीकारला होता, तो म्हणजे स्वतः रात्री दोन वाजेपर्यंत जागी राहायचे आणि भीमला नऊ वाजता झोपी घालवत. दोन वाजता त्याला अभ्यासाठी उठवत. मग स्वतः झोपी जात होते. बालक भीम दिव्याच्या मंद प्रकाशात देखील एकाग्रतेने वाचायचा तर कधी बेचैन व्हायचा.

भीमला जसे की आवांतर पुस्तके वाचण्याचा देखील खूप छंद होता. लिहिणे-वाचणे त्यांनी चांगल्याप्रकारे करावा म्हणून तो शाळेची सुट्टी झाल्यावर चर्नी रोड गार्डमध्ये नियमीत वाचायला जात. त्याच पार्कमध्ये नियमाप्रमाणे सिटी हाई स्कूलचे मुख्याध्यापक श्री कृष्णाजी केळूसकर देखील एका विशिष्ठ ठिकाणी बसून अभ्यास करीत होते. ते आपल्या प्रमाणेच एक बालक पुस्तक वाचत असल्याचे पाहून स्वतःला रोखू शकले नाहीत. विचारल्यावर भीमने आपल्या जातीपासून आपली परिस्थिती देखील सांगून टाकली. ऐकून श्री केळुसकरजी आर्श्चयचकित झाले आणि भीमची प्रशंसा करीत त्याला वाचायला चांगली व ज्ञानवर्धक पुस्तके देवू लागले. भविष्यात श्री केळुसकरजी भीमाच्या उन्नतीसाठी मदतकारक सिद्ध झाले.

आनंदरावला शिक्षण सोडावे लागले

रामजीराव आतापर्यंत कुटुंबाचा सांभाळ करून विवश देखील झाले होते. पाहिजे तसे काम न मिळाल्याने पेंशनच्या केवळ पन्नास रूपायात दोन्ही मुलांचे शिक्षण आणि इतर खर्च करणे कठीण चालले होते, शेवटी रामजीबाबाने मोठ्या मुलाला आनंदरावला जी. आई. पी. च्या वर्कशॉपमध्ये काम मिळवून दिले होते. घरात थोडे अतिरिक्त पैसे आल्याने थोडा फरक पडला होता. अशाप्रकारे दोघे आता भीमच्या पुढील शिक्षणाचा खर्च करू लागले होते. थोड्याच दिवसात आनंदरावचे लग्न देखील करून देण्यात आले.

मॅट्रीक पास भीमरावसाठी अभिनंदन कार्यक्रम

सन १९०७ मध्ये भीमरावने मॅट्रीकची परीक्षा उतीर्ण केली तर रामजीबाबाची छाती गर्वाने फुगली. त्या काळात एका अस्पृष्याच्या मुलाने मॅट्रीक परीक्षा पास होण्याची घटना अभूतपूर्ण होती. भीमरावने ७५० मार्क्स्पैकी २८२ मार्क्स् मिळवून आपल्या आई-वडिलाचे नाव मोठे केले होते. त्याच्या या कामगिरीबद्दल भीमरावाचे अभिनंदन करण्यासाठी काही लोकांनी कार्यक्रमाचे आयोजन देखील केले. कार्यक्रमात वक्ता म्हणून श्री कृष्णाजी केळुस्कर देखील उपस्थित होते. कार्यक्रमाच्या आयोजकात प्रसिद्ध समाजसुधारक श्री रावबहादुर सीताराम केशव यांनी कार्यक्रमाचे सुत्रसंचालन केले. त्यांनी भीमरावाचे तोंड भरून कौतूक करताना म्हटले की, भीमरावने उच्च शिक्षण घेतले पाहिजे. या प्रसंगी त्यांनी लिहिलेले 'बुद्ध चरित्र' भीमरावाला बक्षीस म्हणून भेट दिली. भीमराव स्वतःच्या सन्मानार्थ आयोजीत कार्यक्रमात भावविवश व आर्श्चचकित होते.

कार्यक्रमाच्या दरम्यान श्री केळूसकर गुरूजीने रामजीला म्हटले की त्यांनी त्यांच्या हुशार मुलाला पुढील शिक्षण द्यावे आणि त्यांना जी काही मदत लागेल ती ते त्यांना देतील.

भीमरावाच्या विवाहासाठी रामजीबाबाला दंड

आनंदरावच्या विवाहानंतर रामजीराव, भीमरावासाठी देखील एका वधुच्या शोधात होते एक मुलगी शोधून त्यांनी बोलणी पण केली होती. परंतु अचानक

त्यांना दापोलिची एक अनाथ मुलगी रामीबाई जी स्वर्गीय भिकू वलांगकर यांची मुलगी होती. तिला आपल्या मुलासाठी पसंत करून ठेवले होते. रामजी बाबाने पहिल्या मुलीला नकार दिल्यावर तिच्या वडिलानी अपमान झाला म्हणून प्रकरण पंचायतमध्ये उपस्थित केले. त्यावेळी पंचायतने रामजीबाबाला पाच रूपायाचा दंड ठोठावला होता. जो त्यांनी आनंदानी भरला आणि नऊ वर्षाच्या रामीबाई जी सुंदर आणि शांत स्वभावाची मुलगी होती; तिला घरची सून करून घेतलं. हा विवाह भायखळा मार्केटच्या मोकळ्या मैदानात संपन्न झाला. विवाहानंतर सुनेचे नाव बदलून रमाबाईला ठेवण्यात आले. रमाबाई दोन बहिणी आणि एक छोटा भाऊ शंकर होता, जे आपल्या मामाकडे मुंबईत रहात होते.

इंटरमीडिएटच्या परीक्षेत देखील पास झाले

देशात सामाजिक सुधारणाचा कार्यक्रम देखील सरकारी व गैर सरकारी लोकांच्या मार्फत चालू होता. मॅट्रिक पास झाल्यावर भीमाने एलिफिन्स्टन कॉलेजात पुढील शिक्षणासाठी प्रवेश तर घेतला परंतु आजारी असल्याने त्यांचे एक वर्ष देखील वाया गेले. शेवटी भीमरावने इंटरची परीक्षा पास केली पण त्यांच्या वडिलांच्या कपाळावर आठ्या पडल्या की पुढील शिक्षणाची सोय कशी करावी? तरीपण त्यांची मनापासूनची इच्छा होती की काहीही करून भीम बी. ए. झाला पाहिजे.

२५ रूपायाची शिष्यवृत्ती

रामजीबाबा द्विविधेमध्ये होते की भीमचे बी. ए. पर्यंतचे शिक्षण कशाप्रकारे करावे परंतु श्री केळुसकर गुरूजीने आपला शब्द पाळला आणि मदतीसाठी धावून आले. त्या काळात बडोद्याच्या राजाने प्रतिभासंपन्न विद्यार्थ्यांना मदत करण्याची घोषणा केली होती. श्री केळुसकर गुरूजीने भीमला सोबत नेऊन महाराजांना भेटण्याच्या उद्देशाने त्यांना दरबारात हजर केले आणि त्यांनी केलेल्या घोषणेची आठवण करून देत भीमरावला समोर उभे केले. महाराजांनी भीमरावांना काही प्रश्न विचारले आणि उत्तराने प्रभावीत होऊन महिना २५ रूपये इतकी शिष्यवृत्ती देण्याच्या आपल्या घोषणेची अमलबजावणी केली. अशाप्रकारे भीमराव बी.ए. पूर्ण करण्याच्या कामाला लागला.

कामगार कॉलनीतून इम्प्रुव्हमेंट ट्रस्टमध्ये घर बदलले

रामजीबाबाने आता डबल चाळीतील एकमेव खोली बदलून परेल येथिल इम्प्रुव्हमेंट ट्रस्ट, चाळ नं. १ दुसऱ्या मजल्यावर दोन खोल्या ५० आणि ५१ नंबरच्या घेतल्या. इथे पण रामजीबाबा सैनीक शिस्तीनुसार शिस्त ठेवत आणि भीमच्या शिक्षणाबद्दल कसलीच टाळाटाळ करीत नव्हते. भीमरावने देखील आपल्या इंग्रजी भाषेच्या प्रभुत्वावर खुलासा पुढील प्रमाणे केला, 'मी इंग्रजी चांगल्या प्रकारे लिहितो-बोलतो, असे समजले जाते. परंतु माझ्या वडिलांनी शब्दांचा उपयोग करायचा जसे शिकवले तसे कोणीही शिकवले नाही.

कॉलेजमध्ये देखील भेदभावाचा अनुभव

भीमरावांना वाटत होते की कॉलेजमधील वातावरण कदाचित शाळेच्या वातावरणापेक्षा वेगळे असेल. इथल्या वातावरणात त्या गोष्टी नसतील. ज्याचा त्यांनी अनुभव घेतला. परंतु हे एक कडवे सत्य होते की कॉलेजमधील हॉटेलच्या ब्राह्मणाने त्यांना चहा-पाणि द्यायला नकार दिला. विद्यार्थी आणि काही प्राध्यापक अस्पृष्यतेच्या भावनेने त्यांच्यापासून दूरच रहात होते. परंतु इंग्रजी प्रोफेसर म्युल्लर त्यांना जवळ घेत असत आणि भीमरावला कपडे वगैरे देवून मदत पण करीत असत. अशाप्रकारे फारसीचे प्राध्यापक के.बी. इराणी देखील भीमरावचे शिक्षण इत्यादीमध्ये अधुन-मधून लक्ष घालत असत.

विद्यार्थ्यांत राजकीय-रामाजिक जागृती

ही ती वेळ होती ज्या काळात शाळा-कॉलेजात विद्यार्थ्यांत इंग्रजांच्या विरूद्ध राजकीय व सामाजिक जागृती तीव्र होत चालली होती. देशात अनेक क्रांतीकारी घटना घडत चालल्या होत्या. नवयुवकांचा जोश त्यांना प्रेरित करीत होती की त्या विद्रोहात उत्साहाने भाग घ्यावा. त्यासाठी अनेक विद्यार्थी शिक्षण सोडून समोर पण येत होते. अनेक विद्यार्थ्यांना स्वातंत्र्याची लढाईत भाग घेणे किंवा कारस्थानात भाग घेतल्यामुळे त्यांना अटक पण करण्यात येत होती. भीमरावला हे सगळे माहीत होते आणि या सर्व घटना-घडामोडीवर त्यांचं बारीक लक्ष पण होतं, परंतु ते त्यात भाग घेण्याऐवेजी आपलं शिक्षण पूर्ण करू इच्छित होते.

बी.ए. झाल्यावर भीमरावचे बडोदा संस्थानात नोकरी करणे

१९१२ मध्ये बी.ए. ची परीक्षा भीमरावने द्वितीय श्रेणीत पास केली होती. रामजीबाबाने या आनंदाच्या प्रसंगी मिठाई वाटली. भीमरावची तशी इच्छा होती की पुढे शिकावे पण आर्थिक स्थिती पहाता हे शक्य नव्हते. वडिलांची इच्छा होती की मुलाने मुंबईत राहूनच नोकरी करावी. परंतु भीमरावने बडोदा महाराजाकडे नोकरी करणे योग्य समजले, म्हणजे त्यांच्या कर्जातून मुक्त होता येईल. या भावनेने त्यांनी बडोदा महाराजांकडे नोकरी करायला सुरूवात केली. इथे त्यांना 'बडोदा स्टेट फोर्सेस' मध्ये लेफ्टनंटचे पद देण्यात आले परंतु राजांच्या वतीने त्यांना निवास आणि खाण्या-पिण्याची व्यवस्था करण्यात आली नव्हती. त्यामुळे त्यांना खूप त्रास देखील झाला.

भीमरावाला पितृशोक

बडोद्याच्या संस्थानात नोकरी करून पंधराच दिवस झाले असतील तोच मुंबईत तार मिळाली की त्यांच्या वडिलांची तबियत गंभीर आहे. तार मिळताच ते आठ दिवसाची सुट्टी काढून परत आले. बडोद्याहून मुंबईला परत येत असताना रस्त्यात सुरत जवळ स्टेशनवर मिठाई घेण्यासाठी ट्रेनमधून उतरले असताना वेळेचे भान न राहिल्याने छोट्याशा चुकीमुळे त्यांची ट्रेन निघून गेली, ज्याचा पश्चाताप त्यांना आयुष्यभर होत राहिला. गाडी सुटल्यामुळे ते दुसऱ्या दिवशी मुंबईला पोहोचले. तोपर्यंत रामजीबाबा शेवटचा श्वास रोखून भीमरावाच्या येण्याची वाट पहात होते. रामजीबाबाने जसाही आपला हात भीमाच्या डोक्यावर आर्शीवादासाठी ठेवला, त्यांची प्राणज्योत मालवली. २ फेब्रुवारी, १९१३ ला रामजी बाबाचे महानिर्वाण झाले. एक असे वडील ज्यांनी भीमरावच्या शिक्षणासाठी अनेक कष्ट व त्रास सहन केला. हे सगळं आठवण करून भीमराव त्या दिवशी खूप-खूप रडले.

उच्च शिक्षणासाठी परदेशी प्रवास

तीन वर्षाची शिष्यवृत्ती आणि दहा वर्षाचा करारनामा.

त्या काळात बडोद्याचे सयाजीराव गायकवाडने उच्च शिक्षणासाठी काही प्रतिभासंपन्न विद्यार्थ्यांना शिष्यवृत्ती देवून अमेरिकेला पाठविण्यात येईल,

अशी जाहीरात दिली. भीमराव ज्यावेळी वडिलांच्या मृत्यूनंतर परत आले आणि आपली कर्म कहाणी सांगितली की कसे त्यांना बडोदा संस्थानात नोकरी करताना त्रास सहन करावा लागत आहे. महराजाने त्यांची तक्रार न ऐकल्यासारखी करीत सांगितले की ते त्यांना उच्च शिक्षणासाठी अमेरिकेला पाठवू इच्छितात.

भीमरावने आनंदाने सहमती दर्शवत बडोदा राज्याच्या त्या जाहीरातीनुसार एकमेव अटीवर हस्ताक्षर केले. ज्यात लिहिले होते की 'विदेशात ठरावीक शिक्षण घेतल्यानंतर दहा वर्षापर्यंत बडोदा राज्यात नोकरी करावी लागेल.'

भीमरावांचा अर्ज मंजूर करण्यात आला. त्यांना साडे बारा पौंड मासिक शिष्यवृत्ती जी १५ जून १९१३ ते १४ जून १९१६ पर्यंत मंजूर झाली होती, मिळाली. त्यांनी राजाचे आभार व्यक्त केले आणि जुलैच्या तिसऱ्या आठवड्यात ते अमेरिकेला एस. एस. अकोना बोटीतून रवाना झाले.

नवे आकाश, नवे अनुभव

२१ जुलै १९१३ ला भीमराव न्युयॉर्कला पोहोचले. तिथे कोलंबिया विद्यापीठात भरती होवून एक आठवड्यापर्यंत न्युयॉर्क हार्टले हॉलमध्ये राहिल्यानंतर कॉस्मोपॉलिटन क्लब जो ५५४ वेस्ट, ११४ स्ट्रीटमध्ये होता, जावून राहू लागले. ते तिथे अस्पृष्यतेच्या शापापासून दूर अशा धरतीवर उभे होते जिथे लिहायला, वाचायला, शिकायला, हिंडायला, फिरायला स्वतंत्र होते. तिथे अस्पृष्यतेची भानगड नव्हती. इथे ते सर्वांच्यासोबत बसून जेवण करू शकत होते. त्यांच्या लक्षात आले की जन्माचा कर्मासोबत काही संबंध नाही. स्त्री काय किंवा पुरूष काय, दोघांसाठी पण शिक्षण गरजेचे आहे. त्या मोकळ्या वातावरणाने त्यांच्यात आत्मसन्मान, कर्म आणि स्वावलंबी जीवन जगण्याच्या प्रेरणेने भर घातली. स्वतःला एका नव्या व्यक्तिमत्वात बसविण्याचा ते प्रयत्न करू लागले.

शिक्षणावर जोर

भीमराव एम. ए. अर्थशास्त्र प्रमुख विषय घेऊन व सहाय्यक विषय मानवशास्त्र, राज्यशास्त्र, समाजशास्त्र आणि तत्त्वज्ञान घेऊन आपल्या शिक्षणाच्या संदर्भात गंभीरपणे एकाग्रचित्त झोल होते. न्युयॉर्क सारख्या मोकळ्या वातावरणाने

ते प्रभावीत जरूर झाले होते परंतु त्यांच्या दिखाऊ-बनावटी जगण्याबद्दल त्यांना काही खास आवड नव्हती. त्यांचा उद्देश केवळ आपले शिक्षण आणि शिक्षण हे होते. त्यांना एम. ए. ची पदवी प्राप्त करायची होती. भीमराव अभ्यास करताना आपल्या विषयाच्या नोट्स जरूर काढत असत. प्रोफेसर सेलिग्मन त्यांच्या अर्थशास्त्राचे प्राध्यापक होते. ते भीमरावांच्या प्रतिभेचे प्रशंसक बनले होते. भीमराव ज्यावेळी वेळ मिळे. वेगवेगळ्या ग्रंथालयांना भेटी देत असत आणि आपली ज्ञानलालसा पूर्ण करण्याचा प्रयत्न करीत असत.

पुस्तके संग्रहीत करण्याचा छंद

भीमराव विनाकारण खर्च करणारे तर नव्हते. त्यामुळे खाणे-पिणे किंवा हिंडणे-फिरणे इत्यादीमध्ये पण पैसा घालवतील. त्यांना तर एकाच गोष्टीचा छंद होता, तो होता त्यांना आवडणारी पुस्तके विकत घेऊन त्यांचा संग्रह करणे, ज्यामुळे वेळ मिळेल तशी पुस्तके वाचून ज्ञानाची भूक भागविल्या जाई. परंतु हा छंद पूर्ण करण्यासाठी त्यांच्याकडे पुरेसा पैसा शिल्लक तरी कुठे रहात होता. तरीपण ते दूर्लभ जुनी पुस्तके विकत घेण्यासाठी ते पुस्तकाच्या दुकानात जात आणि पुस्तके विकत घेण्याचा आपला छंद पूर्ण करत.

१९१४ मध्ये लाला लाजपतरायसोबत भेट

सन् १९१४ मध्ये लाला लाजपतराय अमेरिकेला गेले. तिथे त्यांनी इंडियन होमरूल लीग ऑफ अमेरिका नावाची संस्था भारताच्या राष्ट्रीय आंदोलनाचा प्रचार करण्याच्या उद्देशाने स्थापन केली. योगायोगाने लाला लाजपतराय आणि प्रोफेसर सेलिग्मन मित्र होते. प्रोफेसर सेलिग्मनने आपल्या भारतीय हुशार विद्यार्थ्यांची ओळख करून देताना लाला लाजपतरायना म्हटले, 'हा विद्यार्थी केवळ भारतीय विद्यार्थ्यांमध्येच नाही तर अमेरिकन विद्यार्थ्यांमध्येही हुशार आहे'

लाला लाजपतराय देखील भीमरावला भेटून अंत्यत प्रभावीत झाले आणि आपली हार्दिक इच्छा व्यक्त केली की भीमरावानी त्यांच्या संस्थेसाठी काम करून आपले योगदान द्यावे. भीमराव त्यावेळी तरी अभ्यासालाच समर्पित होते, आणि त्यांनी त्यांच्या संस्थेसाठी काम करायला असमर्थता दर्शवली.

१९१५ मध्ये एम. ए. ची डिग्री प्राप्त केली

सन १९१५ मध्ये भीमरावने 'एनसिएंट इंडियन कॉमर्स' या नावाने शोध-प्रबंध सादर केला. त्याच निबंधासाठी त्यांना कोलंबिया विद्यापीठाने एम. ए. ची डिग्री प्रदान केली. सन् १९१६ मध्येच त्यांनी 'कास्टस् इन इंडिया' या नावाने एक सशक्त निबंध-विद्यार्थी संघासमोर वाचला. इथे त्यांच्या मौलिक विचारांच्या चर्चेने त्यांना प्रभावी व्यक्ती बनवले.

एम. ए. ची डिग्री मिळवल्यानंतर त्यांनी पी. एच. डी. साठी प्रयत्न सुरू केले. त्यांसाठी त्यांनी 'नॅशनल डिव्हिडेंट ऑफ इंडिया अ हिस्टॉरिकल अँड अनालियसिकल स्टडी' त्यांच्या ह्या शोध निबंधाला देखील मान्यता मिळाली आणि कोलंबिया विद्यापीठाने त्यांना एम. फिल. ची उपाधी प्रदान केली. परंतु यामध्ये काही औपचारीकता देखील होती की विधीपूर्वक डिग्री प्राप्त करण्यासाठी प्रबंधाला प्रकाशित करून त्याच्या काही प्रती विद्यापीठात जमा करणे देखील गरजेचे होते. परंतु त्यांना जितकं यश मिळालं, त्यासाठी त्यांचे सहकारी आणि प्रोफेसरने मिळून त्यांना शानदार भोजन दिले. बडोदा संस्थानच्या महाराजाने देखील त्यांना यश संपादन केल्याबद्दल अभिनंदन करणारी तार पाठवली.

त्यांचा हा प्रबंध चर्चेचा विषय तर बनलाच परंतु या संशोधनाचा 'बजट चॅप्टर' एक अंत्यत महत्वपूर्ण भाग समजण्यात आला होता. त्यात त्यांनी सिद्ध केले की इंग्रज उद्योगपतीच्या हितासांठीच ब्रिटिश सरकार सर्व धोरणांना आखत आहे. या सत्यासाठी भीमरावला 'रॉयल कमिशन ऑन इंडिया करेंसी' समोर सत्य सिद्ध करण्यासाठी आमंत्रित करण्यात आले. त्यात सहभागी होणे आणि कमिशनच्या सदस्यांना मिळणे एक प्रकारचा त्यांचा सन्मानच होता.

लंडनला रवाना

लंडन अंतरराष्ट्रीय अभ्यासासाठी प्रसिद्ध केंद्र होतं. भीमराव तिथे जावून अर्थशास्त्राची सर्वोच्च डिग्री घेवू इच्छितात. बॅरिस्टर होण्याची इच्छा देखील ते मनात बाळगून होते. या काळापर्यंत त्यांची शिष्यवृत्ती संपली होती. प्रोफेसर सेलिगमन यांच्या मध्यस्तीने डॉ. भीमरावने एक विनंती अर्ज बडोदा संस्थानाकडे पाठविला. त्यात शिष्यवृत्ती एका वर्षासाठी वाढवण्यात यावी परंतु पत्राचे उत्तर मिळण्यापूर्वीच ते जून १९१६ ला लंडनला गेले. त्यांनी त्यांच्यासोबत त्यांची

अमूल्य अशा किंमतीची पुस्तके देखील नेली होती. जी जवळपास दोन हजार इतकी होती.

हा तो काळ होता, ज्याकाळात भारतीय क्रांतीकारक विदेशात राहून इंग्रजाच्या विरोधात गदर युद्ध चालवत. लंडनच्या गुप्त विभागाला शंका होती की डॉ. आंबेडकर 'इंडियन रिव्होल्यूशनरी पार्टी' चे सदस्य आहेत. म्हणून लंडनला पोहोचताच गुप्त विभागाच्या अधिकाऱ्यांनी त्यांची झडती घेतली परंतु काहीच न मिळाल्याने त्यांना सोडून देण्यात आले.

प्रबंध अर्धावट सोडून यावे लागले

त्यांनी लंडनमध्ये अर्थशास्त्रात 'लंडन स्कूल ऑफ इकॉनॉमिक्स अँड पोलिटिकल साइन्स' बरोबरच कायद्याच्या अभ्यासासाठी 'ग्रेट इन' मध्ये नाव दाखल केले. कारण की ते कोलंबिया विद्यापीठाच्या एम. ए. आणि पी. एच. डी. ची डिग्री प्राप्त केली होती. म्हणून लंडन स्कूलमध्ये त्यांना डी. एस. सी. साठी कार्य करण्याची परवानगी मिळाली होती. तिथे बडोदा महाराजाने एका वर्षाची शिष्यवृत्ती वाढवून दिली होती. आता लंडनमध्ये ते आपली ज्ञानलालसा भागविण्यासाठी लंडन स्कूल आणि ब्रिटिश म्यूझियमच्या विशाल ग्रंथालयात जावून ग्रंथ वाचणे आणि नोटस् तयार करण्यात मग्न झाले. हळू-हळू वर्ष लोटत आले आणि त्यांना प्रबंध लिहायचा असतानाच त्यांना बडोद्याच्या दिवानाचा निरोप मिळाला आणि ते भारतात परतले. कारण यानंतर शिष्यवृत्ती देण्यास नकार मिळाला होता. अपूर्ण कार्य सोडून येणे त्यांना चांगले वाटत नव्हते परंतु यावे लागले होते. असे असले तरी त्यांच्या अर्जानुसार आणि लंडनस्कूलचे प्रोफेसर एडविन केननच्या मध्यस्तीने त्यांना चार वर्षाची संधी देण्यात आली. त्यामुळे ते त्यांचा प्रबंध पूर्ण करू शकत होते. वास्तवात, प्रोफेसर केनन आंबेडकरांच्या अर्थशास्त्राच्या ज्ञानाने अंत्यत प्रभावीत होते.

दुर्मिळ ग्रंथाचे नष्ट होणे

डॉ. आंबेडकरांने आपल्या सामानातील अमूल्य किंमतीचे ग्रंथ, यांचा विमा केला आणि 'थॉमस बुक कंपनी' च्या अधिकारात सामान सोपवून, एक दुसरी बोट धरून ते निघाले. त्याकाळात दुसरे महायुद्ध चालू होते. समुद्रात

बोटींना बुडवण्यात येत होते. डॉ. आंबेडकरांचे कुटुंबीय सर्वजण ते बोटीने येत असल्याची वार्ता ऐकून वाट पहात असतानाच त्यांना एक बातमी ऐकायला मिळाली की हिंदुस्तानात येणारी बोट टार्पेडो समुद्रात बुडाली आहे, त्यामुळे कुटुंब काळजीत पडले. ही ती बोट होती ज्यावर डॉ. आंबेडकरांची दूर्मीळ पुस्तके होती. बुडाल्याने समुद्राला मिळाली होती.

२१ ऑगस्ट, १९१७ ला डॉ. आंबेडकर मुंबईत परतले. घरातील मंडळी त्यांना सुखरूप आलेलं पाहून सुखावली. आता डॉ. आंबेडकरांना नोकरीसाठी बडोद्याला जायचे होते. त्यांनी विमा केलेल्या पुस्तकाचे ६०० रूपये कंपनीकडून नुकसान भरपाई म्हणून मिळाले होते. परंतु दूर्मिळ पुस्तके नष्ट झाल्याचे दु:ख त्यांच्या मनाच्या खोल गाभाऱ्यात दडून होते आणि नुकसानीच्या पैशाने त्या जखमेवर मलम लावल्या जाणार नव्हता. पण काय करता येऊ शकत होतं. शेवटी डॉ. आंबेडकर सप्टेंबर १९१७ मध्ये बडोद्यासाठी जायला निघाले.

डॉ. आंबेडकरांचा दृढ संकल्प

विदेश प्रवासातून परत आल्यानंतर भारताचे वातावरण खूप बदलले होते. बेसेन्ट होम रूलची स्थापना करण्यात आली होती. कॉंग्रेसमध्ये विद्रोही गटाचा जबरदस्त प्रभाव होता. तिकडे क्रांतीकारी संघटनानी इंग्रजांना त्रस्त करून सोडले होते. ब्रिटिश सरकारने पहाता-पहाता भूमिका बदलून टाकली होती आणि हजारो लोकांची धरपकड करून त्यांच्यावर राजद्रोहाचे खटले दाखल केले होते.

डॉ. आंबेडकरांच्या मनात देखील क्रांतीकारी भावना येत असत. त्यांच्या मनात त्यावेळी अस्पृष्याबद्दल प्रचंड कळवळा होती. त्यांना त्यांच्यासाठी काही करायचं होतं. त्यासाठी त्यांना हिंदू समाजामध्येच क्रांतीकारी परिवर्तन आणायचे होते. परंतु इच्छा असूनही ते त्याकाळी काही करू शकत नव्हते. कारण ते बडोदा संस्थानच्या करारानुसार दहा वर्षासाठी त्यांना नोकरीसाठी द्यावे लागणार होते. परंतु त्यांनी मनात अनेक दृढ संकल्प केले होते की भविष्यात ते अस्पृष्य वर्गाच्या उत्थान कार्यात जरूर उतरतील. असा संकल्प करून ते सप्टेंबरच्या दुसऱ्या आठवड्यात बडोदा संस्थानात पोहोचले.

अपमानाची मालिका सुरू

डॉ. आंबेडकर ज्यावेळी स्टेशनवर पोहोचले त्यावेळी त्यांना खात्री होती की महाराजाच्या आज्ञेवरून कोणीन् कोणी छोटा कर्मचारी त्यांना घेण्यासाठी जरूर येईल. परंतु त्यांची महार जात त्यांना आडवी येत होती. परिणामी त्यांना घेऊन जाणं तर दूरच पण त्यांना राहण्याची सोय देखील नव्हती. कोणत्याही हॉटेल किंवा हॉस्टेलमध्ये त्यांना कोणी जागा देत नव्हतं. शेवटी विवश होवून त्यांनी स्वतःला पारसी म्हणून सांगायला सुरूवात केली. तेंव्हा त्यांना एका पारसी हॉटेलात 'जहागीर हॉटेलात' राहाण्यासाठी जागा मिळाली.

मोठ्यापासून छोट्यांनीही अपमान केला

डॉ. आंबेडकरांना महाराज त्यांच्या लायकीनुसार अर्थमंत्री करणार होते. परंतु आर्थिक कामाचा भाग समजून घेईपर्यंत त्यांना मिलिटरी सचिव पदावर नियुक्त करण्यात आले. ही गोष्ट अनेक सवर्ण हिंदूना सहन नव्हती होवू लागली की एका अस्पृष्याला इतके का महत्त्व देण्यात येत होतं. त्याचा परिणाम असा झाला की खालच्या श्रेणीतले नोकर - चाकर देखील डॉ. आंबेडकरांकडे उपेक्षेच्या दृष्टिने पहात तिरस्कार करू लागले. इतका की चपराशी देखील एक फाइल त्यांच्या हातात आदरने न देता दूरवरूनच टेबलावर फेकून देत असत. पाणि देण्याची गोष्ट तर दूरच. महाराजांकडे तक्रार करूनही सवर्णांच्या व्यवहारात काही बदल झाला नाही. वास्तवात महाराज देखील या जात-व्यवस्थेला कठोरपणे दाबून टाकण्यास असमर्थ ठरत होते.

तिथं उच्च पदधिकांऱ्याचा स्वतःचा एक क्लब देखील होता. ज्यात सर्व बसून चर्चा करून, खेळून किंवा जेवण-खाणं करीत टइमपास करीत असत. डॉ. आंबेडकरांनी देखील त्या क्लबमध्ये सहभागी होण्याचा प्रयत्न केला तर त्यांना सेक्रेटिरिएटच्या अनेक अधिकाऱ्यांनी आपल्यात सहभागी करून घ्यायला नकार दिला आणि टोमणे मारले की त्यांनी केवळ एका कोपऱ्यात बसून पहात रहावे. अशावेळी क्लबमध्ये मुस्लिम व पारसी समाजाची माणसं पण होती, ज्यांना सवर्ण हिंदू कसल्याही प्रकारची अस्पृष्य समजत नव्हती. या गोष्टीने अपमानीत होवून डॉ. आंबेडकरांनी क्लबमध्ये येणे-जाणे बंद केले.

डॉ. आंबेडकरांची पोष्ट काही लहान नव्हती की ज्यामुळे त्यांना ओळखू

शकत नव्हते. एका अस्पृष्यानं मोठ्या पदावर विराजमान होण ही गोष्टच अनेकांच्या पचनी पडत नव्हती. म्हणून ही गोष्ट चर्चेचा विषय बनला. ही गोष्ट ज्यावेळी हॉटेल कर्मचाऱ्याला देखील माहीत झाली, माहीत नाही किती पारसी जमा झाले. डॉ. आंबेडकरांना घेराव घालून विचारले की, 'तुम्ही कोण आहात?' आंबेडकरांनी उत्तर दिले, 'हिंदू आहे' त्यावर जोराचा वाद होवू लागला, पारशांनी धमकी दिली की हॉटेलमधून तात्त्काळ निघून जा'

डॉ. आंबेडकरांनी हिंमत न हारता आठ तासाची मुदत मागितली आणि घराचा शोध घेऊ लागले. अनेक मित्रांनी कसलेन् कसले कारण सांगून त्यांना टाळले. विवश होवून ते भूकेने-तहानेने आणि अपमानाने व्याकूळ होवून एका झाडाखाली बसून रडू लागले.

अपमानित झालेल्या डॉ. आंबेडकरांनी मुंबईला परतण्याचा निर्णय घेतला आणि रात्रीच्या गाडीनेच १७ नोव्हेंबर, १९१७ ला मुंबईत दाखल झाले.

गायकवाड महाराजांच्या आदेशावरून पुन्हा बडोद्यात

असाह्य अपमान सहन केल्यानंतर डॉ. आंबेडकर मुंबईला तर परत आले परंतु लवकरच बडोदा महाराजाने त्यांना पुन्हा आपल्या सेवेत बोलावले. त्यांना समजत नव्हते की आता काय करावं? या दरम्यान ते कृष्णा केळुस्करांना भेटले आणि आपली सर्व हकिकत सांगितली. केळुसकरांनी त्यांचे एक मित्र जे बडोद्यात रहात होते, त्यांच्या नावे एक पत्र लिहून डॉ. आंबेडकरांच्या संदर्भात माहिती दिली. त्यांच्या मित्रानी डॉ. आंबेडकरांना आपल्या घरात जागा देण्याचे कबूल केले आणि सांगितले की ते अस्पृष्यता पाळत नाहीत.

डॉ. केळुसकरांने आंबेडकरांना सांगितले की आता ते बडोद्याला जावून पाहिजे तितक्या दिवस राहू शकतात, नंतर ते दुसरीकडे राहाण्याची सोय करू शकतात.

डॉ. आंबेडकर हे आश्वासन मिळाल्यावर स्टेशनवर उतरलेच असतील तोच श्री केळुसकरजींच्या मित्राच्या नोकराने त्यांच्या हातात एक चिठ्ठी ठेवली. ज्यात खेद व्यक्त करीत श्री केळुसकरांच्या मित्राने म्हटले कृपाया माझ्या घरी येऊ नका. मी अस्पृष्यतेच्या विरोधात आहे. पण माझी पत्नी जुन्या विचाराची आहे.

तिला तुमच्या येण्याने जास्त त्रास होईल. डॉ. आंबेडकरांना पुन्हा नाइलाजाने मुंबईला परत यावे लागले.

डॉ. आंबेडकर या घटनेने त्रस्त झाले होते. त्यांना वाटले की जेव्हा त्यांच्यासारख्या शिकलेल्या-सभ्य ग्रहस्थासोबत समाजातील काही शिकलेले आणि सभ्य समजण्यात येणारे असा घोर अपमानीत व्यवहार करीत आहेत तर त्यांच्या जातीच्या अस्पृष्य लोकांना किती त्रास करावा लागत असेल! या विचाराने भारावून जावून त्यांनी मनोमन ठरविले होते की ते आपल्या अस्पृष्य बांधवासाठी जरूर काही करतील. ज्यामुळे त्या लोकांना देखील समाजात अधिकारपूर्ण भावनेने जीवन जगण्याचा अधिकार मिळेल, जे आतापर्यंत घृणित जीवन जगत होते.

मुंबईला आल्यावर त्यांना समजले की त्यांच्या सावत्र आईची तबियत चिंताजनक आहे. ते तात्काळ तिला भेटायला गेले. काही दिवसात तिचा मृत्यू झाला आणि त्यांनी तिचा एक मुलगा या नात्याने अंतिम संस्कार केला.

प्रकरण - तिसरे

अस्पृष्यता निवारणाचा संक्षिप्त इतिहास व डॉ. आंबेडकरांचे युद्धासाठी तयार होणे

हे सर्वांना माहीत आहे की काँग्रेसची स्थापना सन १८८५ मध्ये झाली होती. जस्टिस गोविंद रानडे संस्थापकापैकी एक होते. त्यांनीच या मंचावरून पहिल्या अधिवेशनात समाज-सुधारणेचा प्रस्ताव मांडून तिकडे लक्ष आकर्षित करण्याचा प्रयत्न केला. काँग्रेस पक्षाच्या याच मंचावरून दुसऱ्या अधिवेशनाची घोषणा केली की सन १८८६ मध्ये कलकत्त्यात होणार असल्याचे ठरले होते, ज्यांत 'अखिल भारतीय समाज सुधारणा संमेलन' नावाने एक संस्था स्थापन करण्याचा विचार होता. परंतु ज्यावेळी तिसरे अधिवेशन १८८७ मध्ये राजा सर टी. माधवरावच्या अध्यक्षतेखाली १८८७ मध्ये झाले त्यावेळी या विषयावरून पक्षात दोन गट पडले. एक गट या विचाराचा होता की काँग्रेसमध्ये सर्व जाती-धर्माची माणसं आहेत आणि त्यांच्यात परस्पर एकता कायम राहिली पाहिजे. म्हणून या गटाला वाटत होते की काँग्रेस पार्टीच्या माध्यमातून राजकीय मुद्दे उठवले जावेत. परंतु दुसऱ्या गटाला वाटत होते की राजकीय चळवळ त्याचवेळी यशस्वी होवू शकते, ज्यावेळी समाज सुधारणेचे कार्य केल्या जाईल.

दोन्ही विचारात सांगड घालून दोन्ही गटाची मंडळी कार्यरत करत होती. परंतु जे कट्टर समर्थक होते त्यांना वाटत नव्हते की समाज सुधारणेची चर्चा या अधिवेशनात केली जावी. शेवटी १८९५ मध्ये सुरेंद्रनाथ बॅनर्जीच्या अध्यक्षतेखाली जे आकरावे अधिवेशन पुण्यात होणार होते. त्यात कट्टर समर्थकांनी (जे की लोकमान्य टिळकाच्या नेतृत्वाखाली) या संमेलनाला होवू न देण्याचा निर्णय घेतला. अशा स्थितीत जस्टिस रानडे, गोखले आदी नेत्याने वेगळे संमेलन भरविण्याचा विचार केला तर जहाल गटाने त्यांचा मंडप जाळून टाकू अशी धमकी दिली. परिस्थिती हाताबाहेर जात असल्याचे पाहून समाज सुधारक गटाने पोलिस संरक्षणात समाज सुधारणेचे शेवटचे अधिवेशन घेतले. अशाप्रकारे अस्पृष्यता निवारणाचा ज्वलंत मुद्दा काँग्रेसच्या विचार मंचावरून दूर निघून गेला.

इतके की मुसलमान देखील असपृष्यता निवारणाच्या मुद्यावर काँग्रेसच्या विचाराशी सहमत होते. म्हणून १९०९ मध्ये मंटो-मर्लि सुधार-योजनेनुसार मुसलमानांना सांप्रदायीक संरक्षणाबरोबरच त्यांना स्वतंत्र प्रतिनिधीत्व व निवडणूक क्षेत्र देण्यात आले. या धोरणानुसार १९१६ मध्ये लखनौ अधिवेशनात काँग्रेस आणि मुल्सिम - लीगमध्ये एक तडजोड झाली ज्यात म्हटले होते की 'ही काँग्रेस सरकारकडे मागणी करीत आहे की महासमितीने भारतीय मुस्लिम-लीगकडून

नियुक्त सुधार-समितीच्या सहाकर्याने शासन-सुधारणाची जी एक योजना तयार केली आहे, तिला मंजूर करून स्वराज्याच्या दिशेने एक मजबूत पाऊल टाकल्या जावे' हा करार लखनौ-पॅक्ट या नावाने देखील ओळखण्यात येतो.

होमरूल आंदोलन या काळात जनतेमध्ये अंत्यत चर्चिला जात होते. भारतीय लोकांचा एक कल आपल्याकडे करण्यासाठी २० ऑगस्ट, १९१७ ला भारत मंत्री मॉटेग्यूने 'हाउस ऑफ कॉमन्स' मध्ये घोषणा केली 'सम्राट-सरकारचे हे धोरण आहे आणि त्याला भारत सरकारची पूर्णपणे सहमती आहे की भारतीय शासनाच्या प्रत्येक विभागात भारतीयांचा संपर्क दिवसेंदिवस वाढावा आणि जबाबदार शासन व्यवस्थेचा हळूहळू विकास व्हावा, ज्यामुळे अधिकाधिक प्रगती करीत स्वयं-शासित-प्रणाली भारतात प्रस्थापित व्हावी आणि ती ब्रिटिश आहे की या दिशेने जितक्या लवकर होईल, तितक्या काही ठोस करण्यात येईल.' या घोषणेनंतर सर्व पक्षाची कानं उभी राहिली. अस्पृष्य वर्गाचे लोक देखील जागृत झाले होते. ज्यावेळी मॉटेग्यू लोकमताचा अभ्यास करायला भारतात आला त्यावेळी मंद्रास आणि बंगालच्या अस्पृष्य प्रतिनिधीने ब्राह्मण वर्ग आणि सवर्ण हिंदूच्या विरूद्ध भडकावू आरोप लावले.

ही वेळ महायुद्धाची होती, म्हणून या वर्षी पुन्हा अस्पृष्यांसाठी सैन्यात भरती सुरू केली. १८९२ मध्ये सवर्णांच्या दबावाखाली ती बंद करण्यात आली होती. अस्पृष्य समाज भरती सुरू केल्याने उत्साहीत होता. त्याचा हा उत्साह उदासिनतेमध्ये त्यावेळी बदलला ज्यावेळी महायुद्ध बंद होताच अस्पृष्यांची भरती बंद करण्यात आली होती.

'डिप्रेस्ड क्लासेस मिशन' च्या वतीने सर नारायणराव चंदावरकर मॉटेग्यूला भेटले. त्यांच्या अध्यक्षतेखाली ११ नोव्हेंबर १९१७ मध्ये अस्पृष्यांची एक बैठक झाली. ज्यात कॉंग्रेस -लीग योजनेचे समर्थन करण्यात आले, या ठिकाणी एका प्रस्तावात मागणी करण्यात आली की संख्याच्या आधारावर अस्पृष्यांना आपले प्रतिनिधीत्व काउंसिलमध्ये निवडण्याचा अधिकार देण्यात यावा आणि सवर्ण हिंदूना प्रेरित करण्यात यावे की त्यांनी अस्पृष्यांचा उद्धार अधिकाराच्या बाजूने उभे राहून अस्पृष्यता निर्मूलनात सहकार्य करावे.

सर नारायणराव चंदावरकर अस्पृष्य नव्हते पण त्यांना अस्पृष्यांबद्दल सहानुभूती होती. त्यांच्या परिषदेच्या विरूद्ध काही दिवसातच बापुजी बागडे यांनी

आपल्या अध्यक्षतेखाली ना केवळ नारायणरावाला विरोध केला तर काँग्रेस लीग योजना सोबतच सवर्ण हिंदूना राजकीय अधिकार देण्याला देखील प्रबळ हिंदू अस्पृष्यांना मागणी करण्याचा काय अधिकार आहे? नारायणराव १९०० मध्ये काँग्रेसच्या लाहोर अधिवेशनाचे अध्यक्ष राहिले होते.

काही का असे ना, भारत-प्रवासादरम्यान मॉटेग्यूसमोर अस्पृष्यांनी आपला दावा देशाच्या समोर मांडला. वातावरणाचा अंदाज घेत काँग्रेसने आपल्या बत्तीसाव्या अधिवेशनात जे की १९७१ मध्ये श्रीमती ॲनी बेझेंटच्या अध्यक्षतेखाली झाले. सर्व सहमतीने ठराव पास केला की अस्पृष्यता निवारण करण्यात आले पाहिजे. यावरून काँग्रेसची इच्छा होती की अस्पृष्य समाजाने देखील काँग्रेस-लीग योजनेचे समर्थन करावे.

आपल्या दुसऱ्या प्रस्तावात काँग्रेसने म्हटले की ते त्या लोकांसाठी मानवी अधिकराची मागणी करीत आहे जी जात-धर्मामुळे भेदभाव व अनेक संधीला मुकतात. काँग्रेस कलकत्यात झालेल्या आपल्या वार्षीक अधिवेशनात अस्पृष्यतेचा प्रस्ताव पास केला होता. परंतु डॉ. आंबेडकर या प्रस्तावावर सहमत नव्हते आणि त्याला आधारहीन समजत होते.

२३-२४ मार्च, सन १९९८ मध्ये 'डिप्रेस्ड क्लासेस मिशन सोसायटीचे दोन दिवसीय कार्यक्रमाचे अध्यक्षपद बदोद्याच्या महाराजाने केले होते आणि नारायणराव चंदावराकर स्वागत समितीचे अध्यक्ष होते. या कार्यक्रमात विठ्ठलभाई पटेल व विपिनचंद्र पाल सारखे नावाजलेले लोक सहभागी होते. असे असले तरी डॉ. आंबेडकर या योजनेशी सहमत नव्हते आणि त्यांनी स्वतःला या अधिवेशनापासून दूरच ठेवले होते. त्यांच्या मनात काहीही करून पैसा जमा करणे आणि लंडनला जाणे असा विचार होता. त्यांना त्यांचा अपूर्ण प्रबंध पूर्ण करायचा होता.

उपाजिवीकेसाठी अनेक प्रयत्न

डॉ. आंबेडकर मुंबईत नोकरीच्या शोधात अद्याप भटकतच होते. काहीच काम न मिळाल्याने एक-दोन पारसी मुलांचे टयूशन घ्यायला सुरूवात केली, त्यातून मिळणाऱ्या उत्पन्नातून घर खर्च भागवणे, कठीणच होते. ते तसे तर अर्थशास्त्राचे विद्वान होते. त्यांनी विचार करून 'स्टॉक्स अँड शेअर्स ॲडवाइजर्स' या नावाने एक कंपनी सुरू केली आणि मोठ-मोठ्या उद्योगपतीना व कंपन्यांना

आर्थीक सल्लागार म्हणून स्वतंत्र सल्ला देवू लागले. या कामातून त्यांना चांगला पैसा मिळू लागला. परंतु गुजराती आणि मारवाडी व्यापाऱ्यांना हळू-हळू माहीत झाले की डॉ. आंबेडकर एक अस्पृष्य आहेत तर त्यांनी एका अस्पृष्याच्या कंपनीकडून सल्ला घेणे बंद केले. परिणामी डॉ. आंबेडकरांना विवश होवून आपले काम बंद करावे लागले.

अर्थशास्त्राचे प्रोफेसर म्हणून नियुक्त

डॉ. आंबेडकर एक हालाकीचे जीवन जगत होते. हिमत न हारता ते आपल्या मार्गावरून चालत होते. याच काळात त्यांनी 'कास्ट इन इंडिया' आणि बर्नाड रसेलकृत 'रिकन्ट्रक्शन ऑफ सोसायटी' वर लिहिलेले लेखन पुन्हा प्रकाशित केले. अचानक त्यांना समजले की मुंबईच्या सरकारी सिडेनहॅम कॉलेजमध्ये अर्थशास्त्राच्या प्रोफेसरची जागा खाली आहे. हे माहीत झाल्यावर, त्यांनी आपली अर्ज लिहून पाठवला. त्यांना माहीत होते की कॉलेजची स्थापना मुंबईचे माजी गर्व्हर्नर लॉर्ड सिडेनहॅमच्या नावाने झाली आहे. लंडनमध्ये डॉ. आंबेडकर याच लॉर्ड सिडेनहॅमसोबत परिचीत झाले होते. पाहिजे ती पात्रता असताना देखील डॉ. आंबेडकरांनी लॉर्ड सिडेनहॅमला आपली घेण्यात यावी म्हणून पत्र पाठवले. त्यांनी पण दखल दखल घेतली आणि डॉ. आंबेडकर अर्थशास्त्राच्या प्रोफेसर पदासाठी ११ नोंव्हेंबर १९१८ ला ४५० रूपये महिन्याने रूजू झाले.

इथे पण अस्पृष्येने पाठ सोडली नव्हती. अनेक सवर्ण विद्यार्थ्यांनी एका अस्पृष्य शिक्षकाकडून शिकणे योग्य समजले नाही. परंतु अर्थशास्त्राचे जादूगार डॉ. आंबेडकरांच्या गहन शिकवण्याने आणि विश्लेषणात्मक तर्कबुद्धिने कमाल केली आणि ते विद्यार्थ्यांमध्ये लोकप्रिय झाले. इतके की दुसऱ्या कॉलेजचे विद्यार्थी देखील त्यांचे लेक्चर ऐकायला वर्गात येऊ लागले. परंतु कॉलेजचे अनेक सह-प्राध्यापक डॉ. आंबेडकरांसोबत भेदभाव करीत होते. त्यांच्यासोबत खाणे-पिणे, उठणे-बसणे, म्हणजे ते त्यांना असमान समजत असत.

दु:ख गेले - सुख आले

कॉलेजची लेक्चरशिप मिळाल्याने डॉ. आंबेडकरांना अशा वाटू लागली की ते लवकरच लंडन विद्यापीठात जावून एम. एस. सी., डी. एस. सी आणि

ग्रेज-इन ची बार ॲट-लॉ ची डिग्री प्राप्त करू शकतील. त्यांची पत्नी रमाबाईने देखील सुटकेचा श्वास घेतला की आता परिस्थिती सुधारेल. परंतु डॉ. आंबेडकरांनी त्यांना आपला निर्धार सांगितला की ते आगामी एक-दोन वर्षात लंडनला जावून शिकू इच्छितात. म्हणून पर्यात्त काटकसर करणे गरजेचे आहे.

रमाबाई एक सामान्य आणि साध्या-भोळ्या होत्या. त्यांना वाटे की साहेबांनी विनाकारणची धावपळ बंद करून आहे ती नोकरी करून संसारात रमावं. रमाईंच्या साधेपणावर डॉ. आंबेडकर प्रभावीत होते. ते त्यांना प्रेमाणे 'रामू' म्हणून हाक मारत आणि त्यांना थोडेफार लिहायला वाचायला पण शिकवले होते. त्यांना एकूण पाच अपत्य झाली. रमेश, गंगाधर आणि यशवंतापैकी रमेश आणि गंगाधरचा मृत्यू बालपणीच झाला होता. नंतर झालेली इंदू आणि राजरत्न देखील मृत्यूच्या दाढेत गेले. केवळ एकमेव यशवंत त्यांचा वंशज म्हणून जगला.

शिष्यवृत्ती परत करण्यासाठी तगादा

प्रोफेसर बनल्यानंतर डॉ. आंबेडकरांनी घराकडे चांगले लक्ष दिले. त्यांचे मोठे बंधू आनंदराव आजारी असत. त्यांनी त्यांच्या औषध-दारूचा विचार करून हवा-पाणि बदलण्यासाठी त्यांना त्यांच्या सासरी देखील पाठवले परंतु तिथे पण त्यांच्यावर काही फरक पडला नाही आणि काही दिवसातच त्याचा मृत्यू झाला. डॉ. आंबेडकरांना खूप दुःख झाले. तशातच बडोदा संस्थानकडून नोटीस आली की ठरल्याप्रमाणे नोकरी करू नाही लागले म्हणून त्यांनी संस्थानची शिष्यवृत्ती तात्काळ परत करावी. अशाप्रकारची नोटीस पाठवून सिडेनॅहम कॉलेजच्या प्राचार्यांना आणि मुंबई सरकारच्या शिक्षण विभागाला देखील कळविण्यात आले. परंतु नंतर चौकशी केल्यांनतर सयाजीराव गायकवाडांना डॉ. आंबेडकरांना दिलेल्या वागणूकीबद्दल समजल्यावर त्यांनी हे प्रकरण तिथेच थांबवले, ज्यामुळे कसलीही कार्यवाही केली नाही.

आपल्या उदिष्ट प्राप्तीसाठी संघर्ष

डॉ. आंबेडकर आपल्या व कुटुंबाच्या पालन-पोषणासाठी संघर्ष करीत होते. त्यासाठी ते चांगल्या पगारावर नियुक्त पण झाले होते. परंतु

त्यांचा उद्देश अद्याप दूर होता जे ते मिळवू इच्छित होते. लंडन विद्यापीठातून डिग्री प्राप्त करणे त्यांचा उद्देश होताच. परंतु अस्पृष्य वर्गासाठी ते काहीतरी करू इच्छित होते.

याव उद्देशाने प्रेरित होवून त्यांनी कोल्हापुरचे महाराज शाहू यांच्याकडे करण्याचा प्रस्ताव ठेवल्यावर तर त्यांनी तात्काळ या प्रबंधाच्या कार्याला सहमती दर्शवली आणि आर्थिक मदत द्यायला तयार झाले. डॉ. आंबेडकरांचा आणि शाहू महाराजांचा संपर्क १९१४ आला होता. महाराज एक उदार वृत्तीचे व्यक्ती होते. त्यांच्या मनात देखील दलित वर्गासाठी काही करण्याची इच्छा होती.

३१ जानेवारी, १९२० रोजी 'मूकनायक' नावाच्या अंकाची प्रथमच सुरूवात केली, मजेशीर गोष्ट होती की डॉ. आंबेडकर या पाक्षीकाचे कार्यालयीन संपादक नव्हते. आणखी एक लक्षात ठेवण्यासारखी गोष्ट अशी होती की लोकमान्य टिळकांनी त्यांच्या 'केसरी' मध्ये त्यांच्या पाक्षीकाची जाहीरात स्वीकारली नव्हती. पाक्षीकाच्या अनेक अंकासाठी डॉ. आंबेडकरांनीच अग्रलेख लिहिले होते. या पाक्षीकाचे संपादक श्री पांडूरंग नंदराम भटकर नावाचे एक ग्रहस्त होते की जे जातीने महार होते.

डॉ. आंबेडकरांनी आपल्या लेखात भारताला अस्पृष्यता व विषतेचं घर म्हटलेलं होते. अशाच एका लेखात म्हटले होते की भारताला स्वातंत्र्य देण्यापूर्वी आर्थिक, राजकीय, सामाजिक व धार्मीक क्षेत्रात समानता प्रस्थापित करण्याकडे लक्ष द्यायला हवे. कारण असे झाले नाही तर त्याचा अर्थ होईल इंग्रजाच्या हातून सत्ता काढून घेणे आणि ब्राह्मणांच्या हाती स्वाधीन करणे. त्यांच्याकडे सत्ता हस्तांतरीत झाली तर अस्पृष्य समाजाचे जगणे तर अधिकच बिकट होवून जाईल. म्हणजेच तिच परंपरा बनून कायम राहील. मग स्वातंत्र्याला काही अर्थ राहणार नाही.

डॉ. आंबेडकरांचा विचार तर्कविसंगतेवर योग्य प्रहार होता. त्यांचा तर्कावर आधारीत प्रश्न आणि त्याचं उत्तर दोन्हीही वैज्ञानीक पद्धतीच्या कसोटीवर खरे ठरत होते.

२१ मार्च, १९२० ला कोल्हापुरमधील मानगावात अस्पृष्यांचा एक बैठक झाली, होती ज्याचे अध्यक्ष डॉ. आंबेडकर होते. त्यांनी आपले विचार व्यक्त करताना महार जातीमधील आठरा पोटजातीबद्दलही चर्चा केली आणि अस्पृष्य

वर्गाला आपल्या पातळीवर स्वतःला सुधारण्याच्या गोष्टीला प्रेरीत केले. त्यांच्या भाषणामध्ये अस्पृष्यांसाठी ज्या वेदना जाणवत होत्या त्यातून ब्राह्मणाबद्दलचा व्यंगात्मक विद्रोह देखील दिसत होता.

कोल्हापुरच्या शाहू महाराजांनी आपल्या भाषणामधून डॉ. आंबेडकरांचे खूप कौतूक केले होते. परिषद संपल्यानंतर अंतरजातीय सहभोजन झाले. ज्यात महाराज आणि त्यांच्या राज्या कर्मचाऱ्यांव्यतिरिक्त जहागीरदार व आंबेडकरांसहित अनेक अस्पृष्यांनी सोबतच जेवणाचा आस्वाद घेतला.

१ मे, १९२० मध्ये डॉ. आंबेडकरांच्या प्रयत्नाने नागपुरमध्ये शाहू महाराजांच्या अध्यक्षतेखाली अस्पृष्यांची एक अखिल भारतीय सभा झाली. या मंचावरून डॉ. आंबेडकरांनी कर्मवीर शिंदेच्या योजनेला वाचून दाखवत त्यावर कटू प्रहार केला. त्यांचे म्हणणे होते की, अस्पृष्य समाजाच्या प्रगतीमध्ये अडसर ठरणारा कोणताही व्यक्ती किंवा संस्था असो, मग ती अस्पृष्य समाजाची का असेना किंवा सवर्ण हिंदू समाजाची, तिला आपण तीव्र विरोध करायला हवा. अशाप्रकारे परिषदेत एक प्रस्ताव पास झाला आणि 'डिप्रेस्ड क्लासेस मिशन सोसायटी' ने निर्णय घेतले होते ते अमलात आणायला नकार दिला आणि ही संस्था अस्पृष्य समाजाबद्दल गंभीर नसल्याचे ठरवून तिच्यावर अविश्वास व्यक्त केला. अशाप्रकारे डॉ. आंबेडकर अस्पृष्य वर्गाचे एक विश्वसनीय नेता म्हणून उदयास येत होते.

युरोप - प्रवास

डॉ. आंबेडकर अस्पृष्यांचे एक विश्वयनीय नेते म्हणून समोर येत होते परंतु त्यांनी अद्याप स्वतःला या कार्यासाठी झोकून दिले नव्हते. सिडेनहॅम कॉलेजमध्ये प्राध्यापकी करीत असताना या दरम्यान त्यांच्याकडे काही पैसा जमा झाला होता, ज्यातून त्यांना 'लंडन स्कूल ऑफ इकॉनॉमिक्स अँड पॉलिटिकल साइन्स' हा अपूर्ण विषय पूर्ण करता येऊ शकेल. या योजनेला पूर्ण करण्यासाठी ते ५ जुलै १९२० ला स्वच्छेनं राजीनामा देवून लंडनला रवाना झाले.

त्यांनी लंडनला जावून विद्यापीठात प्रवेश घेतला आणि रात्रंदिवस अभ्यासात बुडून गेले. ते एका इंग्रज महिलेच्या घरी पेइंग गेस्ट म्हणून रहात होते. ते वेळ आणि पैशाचे महत्व जाणून होते. भोजन करून शरिराची गरज कशी-वशी भागवल्या

जाई परंतु वेळेचा उपयोग ते पूर्ण करीत. सकाळी ६ वाजल्यापासून ते सध्याकाळी ५ म्हणजे लंडन म्युझियम लाइबररी उघडी असायची तोपर्यंत ते तिथे असायचे. इतकेच नाही, ते इंडिया ऑफिस लाइबररी, लंडन विश्वविद्यालय ग्रंथालय आणि शहरातील इतर ग्रंथालयाचा देखील उपयोग करीत होते. त्यांच्या दैनंदिन जीवनात जास्तीत जास्त वाचणे-लिहिणेच होते. पुस्तके विकत घेणे त्याचा एकमेव छंद होता. ज्याला ते इच्छा असूनही रोखू शकत नव्हते. परिणामी यामध्येच त्यांचे जास्त पैसे खर्च होत असत.

अशारितीने जून, १९२१ मध्ये लंडन विद्यापीठाने 'द प्रोव्हेन्सिएल डिसेंटरलाइनेशन ऑफ इम्पिरिअम फाइन्स इन ब्रिटिश इंडिया' प्रबंधावर एन.एस.सी. ची डिग्री प्रदान केली. त्यानंतर ते डी.एस.सी. साठी प्रबंध लिहिण्याची तयारी करू लागली. या उपक्रमांतर्गत ऑक्टोबर सन १९२२ मध्ये त्यांनी 'द प्रॉब्लेम-ऑफ रूपी' लिहून लंडन विद्यापीठात दाखल केला. त्यानंतर ते बार-ॲट-लॉ च्या परीक्षेच्या तयारीला लागले आणि उतीर्ण होवून बार-ॲट-लॉ ची डिग्री देखील मिळवली.

दुसरीकडे त्यांचे लक्ष जर्मनीतील बोन विद्यापीठातून डाक्टरेट डिग्री मिळविण्याकडेही होते, त्यासाठी त्यांनी मे, १९२२ मध्ये बोन विद्यापीठात प्रवेश घेतला. त्यासाठी ते जर्मन आणि फ्रेंच भाषा देखील शिकू लागले. याच काळात ६ मे, १९२२ ला महाराजांचे देखील महानिर्वाण झाले. जर्मनीत राहून कसे-बसे नऊ महिने घालवले असतील तोच लंडन विद्यापीठाचे बोलावणे आले आणि ते अर्थशास्त्राचे प्रोफेसर डॉ. केननच्या सांगण्यानुसार टाइटल न बदलता आपला प्रबंध दुसऱ्यांदा लिहू लागले. कारण की साम्राज्यवादी इंग्रजांना त्यांचे विश्लेषण खटकत होते. परंतु त्यांना पैशाची चणचण भासू लागली होती. आर्थिक संकटाचा सामना करीत ते शेवटी १४ एप्रिल, १९२३ ला मुंबईत आले. इथे राहूनच त्यांनी आपला प्रबंध पूर्ण केला आणि लंडन विद्यापीठाकडे पाठविला, त्यावर लंडन विद्यापीठाला कसलेही गैर वाटले नाही आणि त्यांना 'डॉक्टर ऑफ साइन्स' ची पदवी प्रदान केली. त्यात म्हटले होते की कशा प्रकारे रूपये आणि पौंड यांचा प्रभाव भारतीयावर पडला होता आणि त्यामुळे भारतीय लोकांचे किती नकसान झाले. डिसेंबर १९२६ मध्ये लंडन मध्ये प्रकाशित या प्रबंधाची अर्थतज्ज्ञानी खूप स्तुती केली.

अस्पृष्यता उद्धाराचा निर्णय - युद्धक्षेत्रात पाय

अशाप्रकारे सातारा आदी ठिकाणी शिकणारा एक दलित, ज्याचा पुन्हा-पुन्हा अपमान करण्यात आला होता. आता डी.एस.सी., पी.एच.डी., बार-ॲट-लॉ आदी पदव्या प्राप्त होता. ज्ञान क्षेत्रात ते भांडार बनले होते. नोकरी करणे त्यांचा एकमेव उद्देश नव्हता. त्यांना अस्पृष्य लोकांचे देखील कल्याण करायचे होते. त्या लोकांची सेवा ज्यांच्यासाठी त्यांच्या-मनात कळवळा होता, ज्यामुळे ते शिक्षण घेत होते, त्यामुळे देखील ते समाज आणि राजकीय चळवळ यापासून अज्ञात नव्हते, परंतु त्यावेळी ते सामाजिक स्थितीला समजून घेत युद्धाची तयारी करीत होते आणि योग्य वेळ येण्याची वाट पहात होते. आता योग्य वेळ आल्यावर या युद्धात उडी घ्यायला ते तत्पर होते.

जून, १९२३ मध्ये डॉ. आंबेडकरांने वकिलीची प्रॅक्टिस करणे सुरू केले होते. इथे पण अस्पृष्य असणं त्यांच्यासाठी समस्या बनली होती. लोकांच्या मनात हे होते की कोणत्याही भारतीयांपेक्षा युरोपीय बॅरिस्टर जास्त प्रतिभावान असतात परंतु लोकांचे टोमणे मनावर न घेता आपल्या कामावर लक्ष देवून होते.

पहिल्या महायुद्धानंतर संपूर्ण जगभरात समाज-सुधारणांचे आंदोलन वेग घेऊ लागले होते. त्याकाळात मुंबई विधानसभेत अस्पृष्यांसाठी शाळा, महारांसाठी गावात पाण्याची व्यवस्था व अनुसूचित जातींच्या मुलींसाठी वेगळ्या वस्तीगृहाची सोय करणे अशाप्रकारे सार्वजनीक पानवठे व धर्मशाळेचा वापर अस्पृष्य लोक देखील करू शकतील, जसे सवर्ण करीत होते. हा प्रस्ताव पास होणे अंत्यत महत्वाचे होते.

सन १९२४ ला अशा प्रकारच्या घटनांनी भरलेला होता. सावरकर आणि गांधी दोघे जेलमधून शिक्षा भोगून बाहेर आले होते. वीर सावरकर येरवडा जेलमधून सुटले आणि सरकारने त्यांना रत्नागिरी जिल्ह्यात नजरबंद ठेवले होते. आता अटीनुसार वीर सावरकर राजकीय चळवळीत भाग घेऊ शकत नव्हते. यामुळे किती नुकसान झाले हे तर सांगू शकत नाही परंतु एक फायदा झाला की त्यांनी आपले संपूर्ण लक्ष समाज-सुधारणेवर केंद्रित केले. ते हिंदू समाजातील भेदभाव आणि अस्पृष्येच्या विरोधात होते. म्हणून त्याविरूद्ध कार्य करू लागले. त्यांनी रत्नागिरीमध्ये पतीत-पावन मंदीर स्थापून त्यात एका भंग्याला कथावाचक बनवले आणि ब्राह्मण स्रीयांकडून पूजा करून घेतली. मंदीरात सवर्ण आणि

अस्पृष्य यांचे संमेलन भरवले आणि सहभोजन प्रथेला प्रोत्साहन दिले, परंतु त्यांचे हे कार्य ते नजरबंद असल्याने रत्नागिरीतच मर्यादीत राहिले. उर्वरित काम त्यांनी आपली लेखनी चालवून संमग्र महाराष्ट्रात पोहचविण्याचे कार्य केले.

गांधीने देखील या संदर्भात उल्लेखनीय कार्य केले. त्यांना हिंदू मधील अस्पृष्यता कमी करायची होती परंतु व्यवस्थेला धक्का लागता कामा नये, ते या मताचे होते. त्यांचा विचार होता की परिस्थितीत हळूहळू सुधारणा होत राहिल. क्रांतीकारी बदल घडवून आणल्यास राजकीय चळवळ भरकटली असती.

डॉ. आंबेडकर होतेच जन्मजात अस्पृष्य. तेच इतर कोणत्याही समाज सुधारकांपेक्षा आपल्या समाजाचे दुःख समजून घेऊ शकत होते. हेच कारण आहे की डॉ. आंबेडकरांनी २९ जुलै १९२७ ला आपल्या 'बहिष्कृत भारत' नावाच्या पक्षिकाम लिहिण्याचे धाडस करू शकले.

"जर लोकमान्य टीळक अस्पृष्य समाजात जन्मले असते, तर स्वराज्य माझा जन्मसिद्ध अधिकर आहे' असे म्हणाले नसते, तर ते म्हणाले असते 'अस्पृष्यता नष्ट करणे माझा जन्मसिद्ध अधिकार आहे"

उदा, त्यांचे हे वक्तव्य मानसिकदृष्ट्या खरे होते. वैयक्तिक अनुभवलेले, म्हणून ते इतर समाज-सुधारकापेक्षा वेगळा विचार मांडून क्रांतीकारी पद्धतीने काम करू इच्छित होते. या दिशेने त्यांनी आपल्या अस्पृष्यता निवारणाच्या कार्याला 'बहिष्कृत हितकारणी सभे' ची स्थापना करून केली होती. ही सभा २० जुलै १९२४ मध्ये स्थापन झाली होती. मुंबई प्रेसिन्डेसीने तिला मंजुरी दिली होती. हिचे कार्यालय दामोधर हॉल, मुंबईमध्ये होते. हिचे कार्यक्षेत्र मुंबई इतकेच मर्यादीत होते आणि हिचे कार्य खालीलप्रमाणे होते.

१. दलित वर्गाच्या समस्या कमी करणे आणि अस्पृष्यता निवारण करणे.
२. दलित वर्गात शिक्षणाचा प्रचार-प्रसार
३. त्यांच्यासाठी वस्तिगृह बांधणे.
४. अस्पृष्यांची आर्थिक स्थिती सुधारत औधोगिक तसेच कृषि संबंधीत शाळा सुरू करणे.

५. दलित वर्गाच्या सांस्कृतीक विकासासाठी ग्रंथालय व अभ्यास केंद्राची स्थापना करणे.

आशाप्रकारच्या उद्देशपूर्वक स्थापन झालेल्या सभेचे अध्यक्ष चिमनलाल हीरालाल, उपाध्यक्ष रूस्तुम जीनवाला, सॉलिसीटर जी. के. नारीमन, डॉ. बी. पी. चौहान, बाळगंगाधर खेर आदींनी पदभार सांभाळला. व्यवस्थापक समितीचे अध्यक्ष डॉ. आंबेडकर बनले. या सभेच्या वतीने मुंबईत वाचनालय, महार हॉकी क्लब उघडण्यात आले तसेच सोलापुरात वस्तिगृहाची स्थापना करण्यात आली. या सभेत केवळ दहा-बाराच सदस्य होते आणि त्यांना विषम परिस्थितीत काम करायचे होते. त्याच वर्षी त्रावणकोर आणि मद्रासमध्ये तेथिल अस्पृष्यांनी रामस्वामी नायकरच्या नेतृत्वाखाली आंदोलन सुरू केले होते. तिथे मंदीर प्रवेशासाठी प्रयत्न झाला आणि त्यात त्यांना यश आले. (याची चर्चा नंतर सविस्तर होईलच)

याच काळात डॉ. आंबेडकरांचे पुत्र 'राजरत्न' यांचा जन्म झाला, हे मूल काही महिन्यातच मृत्यू पावले. वैयक्तिक समस्येला तोंड देत डॉ. आंबेडकर आपल्या कर्मपथावरून मार्गक्रमण करीत होते. त्यांच्यापूर्वी अस्पृष्यांची सूत्रे सवर्णांच्या हातात होती. एप्रिल १९२५ मध्ये मालवण गावात जे की रत्नागिरी जिल्ह्यात आहे, मुंबई प्रांतीय अस्पृष्य परिषदेचे पहिले अधिवेशन डॉ. आंबेडरांच्या अध्यक्षतेखाली झाले. त्यांचे म्हणणे होते की अस्पृष्य वर्गाने स्वतः या आंदोलनाचे नेतृत्व करावे कारण सवर्ण आंदोलनाला ईमानदारीने ती गती नाही देवू शकणार जो एक अस्पृष्य देवू शकेल. अस्पृष्यांच्या हीन-दीन दशेने ते तर आधीपासूनच क्षुब्ध रहात असत. म्हणून त्यांना वाटे की अस्पृष्यांना स्वतः स्वावलंबी बनायला हवे. म्हणून ते अस्पृष्य बांधवावर टीका पण करीत होते. त्यांचे बोलणे खाऊन देखील अस्पृष्य समाज त्यांच्यावर प्रेम करायचा. अस्पृष्य समाज डॉ. आंबेडकरांवर विश्वास ठेवून निश्चिंत होता.

महाड व नासिक सत्याग्रह

प्राचीन काळापासून हिंदू समाजात माणसा-माणसात भेदभाव होत आलेला आहे. हा भेदभाव म्हणजे सवर्ण व अस्पृष्यातील भेदभावाचा रोग. हा रोग सामान्य स्वरूपात दोन्ही वर्गाने कलंक म्हणून स्वीकारला होता. हेच नशीब आहे, ज्याचा स्वीकार करण्यातच कल्याण आहे. परंतु अभिशाप, कुप्रथा सारख्या

गोष्टी मानवतेला कलंक आहेत. अशा कुप्रथेच्या विरोधात काही सवर्ण हिंदूने देखील आंदोलन चालवले परंतु अशा आंदोलनामुळे सुधारणा होण्याची शक्यता फार कमी होती आणि त्यात दिखावा आणि ढोंगच जास्त होते. ज्यातून बाहेर पडण्याचा प्रयत्न ब्राह्मणेत्तर नेते इमानदारीने आणि नेटाने करू शकत होते.

असेच एक आंदोलन होते. 'वायकोम सत्याग्रह' १९२५ मध्ये छेडलेले हे आंदोलन अस्पृष्यतेच्या दृष्टिने अंत्यत महत्वाचे आहे. उत्तर भारतात अस्पृष्याचे जीवन किती यातनामय आहे, शब्दात व्यक्त नाही केल्या जावू शकत परंतु दक्षिण भारतात स्पृष्य-अस्पृष्यतेची भावना उत्तर भारताच्या तुलनेत अधिक आहे. यावरून ठरविल्या जावू शकते की दक्षिणेत अस्पृष्यांचे जीवन किती यामनामय होते की वायकोमच्या काही खास रस्त्यावर अस्पृष्य लोकांचा प्रवेश वर्जित होता. उत्तर प्रदेशात देखील अस्पृष्यांवर अत्याचार होत होते परंतु असे नव्हते की ते रस्त्यावर चालू शकत नव्हते. होय, त्यांना इतके करावे लागत होते की आपला हात किंवा गळ्यात ओळखू यावे म्हणून काळा धागा बांधावा लागत होता. ज्यामुळे सवर्णांना ओळखू यायचे आणि ती अस्पृष्य जातीच्या लोकांना स्पृष्य करण्यापासून त्यांचा बचाव व्हायचा. किंवा मग अस्पृष्य रस्त्याने चालत जायचे आणि आपल्या गळ्यात बांधलेल्या झाडूने ते आपली पाऊले पुसून टाकत, ज्यामुळे कोण्या सवर्णाचा पाय त्यांच्या पदचिन्हावर पडत नसे. केरळच्या वायकोमच्या काही रस्त्यावर इतके करायचे सोडून रस्त्यावर चालणेच बंद केले होते.

या अन्यायाच्या विरोधात दक्षिणेचे ख्यातीप्राप्त ब्राह्मणेत्तर नेते रामस्वामी नायकर यांच्या नेतृत्वाखाली अस्पृष्यासाठींच्या सत्याग्रहाने जोर धरला आणि त्या खास रस्त्यावरून अस्पृष्य चालू लागले. त्यामुळे रागावलेल्या ब्राह्मणांनी अस्पृष्यांना धडा शिकवण्यासाठी त्यांना चांगलेच झोडपून काढले. कारण की सत्ता कायदेशीरदृष्ट्या ब्राह्मणांच्या बाजूने होती परंतु समाज सुधारणांची चर्चा सगळीकडे हवेप्रमाणे पसरू लागली होती. सगळीकडूनच सत्याग्रही वायकोम या ठिकाणी पोहचू लागले. त्रावणकोर सरकारने सत्याग्रहींना रोखण्यासाठी आपले सैनीक तैनात करण्यासोबतच रस्ते पण आडवले. ज्यामुळे सत्याग्रहींना प्रवेश करता येऊ नये. परंतु त्यावेळीचा काळ विसाव्या शतकाचा होता. त्याकाळी पण नवे-नवे शोध लावल्या जात होते. त्रावणकोर सरकारला काही गंभीर कार्यकर्त्यांनी समजावले की अशाप्रकारे सुधारणावादी विचाराच्या विरोधात शारीरिक बळाचा वापर करणे अंत्यत निंदाजनक

व प्रतिष्ठिच्या विरोधात ठरेल. मग काय संस्थानने रस्त्यावरील आडकाठी आणि सैनीक दोघांनाही हटवले. अशाप्रकारे सत्याग्रह यशस्वी झाला. डॉ. आंबेडकरांना वायकोमच्या या सत्याग्रहामधून प्रोत्साहन मिळाले.

महाडचा सत्याग्रह

डॉ. आंबेडकरांचे म्हणणे असायचे की जे काही कार्य करायचे आहे ते व्यवहारीक, यथार्थवादी आणि सरळ-सहज व्हावं. कारण त्यांना असे वाटत नव्हते की अस्पृष्य वर्गाचे उत्थान केवळ भाषणाने किंवा घोषणांनी होऊ शकते. आपल्या या मतावर व दृढविश्वासाच्या आधारे ते काही करू इच्छित होते. त्यांच्यासमोर वायकोमच्या सत्याग्रहाचे उदाहरण होते.

या प्रसंगाने प्रेरित झालेल्या डॉ. आंबेडकरांनी म्हटले की कुलाबा जिल्ह्यात जो महानगरपालिकेचा तलाव आहे, ज्यावर आजपर्यंत सवर्णांचा अधिकार होता. तो कमी करून अस्पृष्यांना देखील त्याचा उपयोग करून दिल्या जावा. वास्तवात मे १९२३ मध्ये महाराष्ट्राचे समाजसुधारक श्रीयुक्त बोलेने मुंबई काउंसिलमध्ये एक प्रस्ताव मांडला होता, जो पुढीलप्रमाणे होता. 'सरकारकडून सार्वजनीक निधीतून चालणाऱ्या संस्था-कोर्ट, विद्यालय, हॉस्पिटल, कार्यालय, धर्मशाळा, तळे, जलाशय, पाणवठे, या ठिकाणी प्रवेश करणे तसेच त्यांचा उपयोग करण्याचा अधिकार अस्पृष्यांना देण्यात यावा', हा प्रस्ताव ४ ऑगस्ट, १९२३ ला पास झाला, ज्याला मुंबई सरकारने ११ सप्टेबर १९२३ ला अनुमोदित केले आणि आपल्या सर्व विभाग प्रमुखांना आदेश दिला की तलाव, विहीर, धर्मशाळा आदी सार्वजनीक ठिकाणं सर्वांसाठी मुक्त आहेत आणि त्यांचा सर्वांनी उपयोग करायला हवा. केवळ उच्च जातीच्या लोकांनीच नाही, म्हणून असा प्रस्ताव पास करण्यात आला.

११ सप्टेबर १९२३ मध्ये पास झालेल्या प्रस्तावाला नगरपालिकेने १९२४ मध्ये कोलाबा जिल्ह्याच्या महाड नावाच्या गावच्या चवदार तळ्याचे पाणि उपयोगात आणण्याचा अधिकार सवर्णांना दिला होता परंतु त्यावर अद्यापही सवर्णांचेच वर्चस्व होते. म्हणून कायदा होवून देखील कोण्या अस्पृष्यांमध्ये इतकी हिंमत नव्हती की तो चवदार तळ्याचा स्पर्श करील. असे असले तरी पारसी, ख्रिश्चन व मुसलमान मंडळी तलावातील पाण्याचा उपयोग करीत होते. इतकेच

नाही तर ज्यांनी धर्मांतर करून पारसी, ख्रिश्चन, मुसलमान झाले होते ते देखील. परंतु जे हिंदू अस्पृष्य होते, त्यांच्यासोबत स्पृष्य हिंदूचा व्यवहार अजब होता.

डॉ. आंबेडकरांनी या विरोधात आंदोलन तीव्र केले आणि अस्पृष्यांना एकजूट करून १९ व २० मार्च, १९२७ ला आपल्या अध्यक्षतेखाली जात परिषदेची बैठक बोलावली, ज्यात महाराष्ट्र आणि गुजरातमधील काना-कोपऱ्यातून अस्पृष्य मंडळी महाडात दाखल झाली. एकजूट झालेल्या दलितांचा जोश पहाण्याजोगा होता. दुपारी एकजूट झालेल्या दलितांची बैठक सुरू झाली. डॉ. आंबेडकरांचे लोकांनी उत्साहात स्वागत केले. डॉ. आंबेडकरांनी आपल्या संदेशात्मक भाषणात सवर्णांनी अस्पृष्यांची सैन्यात बंद केलेल्या भरतीसाठी देखील सरकारवर टीका केली.

शेवटी या समितीची ध्येयधोरणे ठरविताना असे ठरले की चवदार तळ्याच्या पाण्याचा वापर करण्याचा अधिकार अस्पृष्यांना देखील असला पाहिजे. हा अधिकार सर्वांनुमते मान्य करण्यात आला आणि दुसऱ्या दिवशी डॉ. आंबेडकरांच्या नेतृत्वाखाली सर्वजण आपल्या अधिकाराची प्राप्ती करण्यासाठी निघाले. जवळ-जवळ पाच हजाराचा जमाव चवदार तळ्याच्या दिशेने निघाला होता. हिंदू आणि अस्पृष्यांत संघार्षाची ठिणगी पडण्याची शक्यता निर्माण झाली होती, त्यासाठी सरकारने सुरक्षात्मक अधिकार देण्यासाठी इतिहास बनणार होता.

मोर्चा शांततापूर्ण पद्धतीने तळ्याजवळ पोहोचला. डॉ. आंबेडकर तळ्याच्या काठावर बसून त्यातले पाणि ओंजळीत घेऊन पिणारच होते. ही साधारण दिसणारी घटना अस्पृष्यांना जबरदस्त स्वाभीमानाचा धडा शिकवून जाणार होती. सर्व श्वास रोखून या अभूतपूर्ण घटनेला पहात होते. डॉ. आंबेडकरांनी पाणि ओंजळीत घेतले आणि सवर्णांच्या अधिकाराला संपवत पाण्याचा घोट घेतला, त्यानंतर मोर्चातील अनेकांनी डॉ. आंबेडकरांचे अणुकरण करीत ओंजळीत पाणि घेऊन प्राशन केले.

महाडाच्या सत्याग्रहावरून अस्पृष्यांना मारहाण

अस्पृष्यांच्या ह्या धाडसाला हिंदू कसे सहन करणार होते. घटना तशी शांततापूर्ण पद्धतीने घडली होती. हिंदू संघटनाच्या काही लोकांनी अफवा पसरविली की अस्पृष्य लोक आता चवदार तळ्याचे पाणि पिल्यानंतर वीरेश्वर मंदीरात

देखील प्रवेश करणार आहेत. खोट्या अफवेचा जबरदस्त परिणाम सवर्णांवर झाला. आणि ते एकजूट होवून मंडपाकडे निघाले. अस्पृष्य समाज यावेळी शांतपणे मंडपात बसून भोजन करीत होता. काही अस्पृष्य आपल्या-आपल्या घरी पण परतले होते आणि काहीजण तिथेच रेंगाळले होते. सवर्णाला जो कोणी अस्पृष्य जिथे दिसला, त्याला तिथेच मारहाण करायला सुरूवात केली. मंडपामधील भोजन जमिनदोस्त करण्यात आलं. अस्पृष्यांनी स्वतःच बचाव करण्यासाठी अनेक मुस्लिमांच्या घरात आश्रय घेतला.

डॉ. आंबेडकर त्यावेळी निवासस्थानी सहकार्यांबरोबर चर्चा करण्यात मग्न होते. दंगलीची ही खबर त्यांना माहीत झाल्यावर ते मंडपाकडे धावले. सवर्ण उपद्रवी लोकांपैकी काही गुंडांनी डॉ. आंबेडकरांवर देखील हल्ला करण्याचा प्रयत्न केला. तशाही स्थितीत त्यांनी त्यांना समजावले की ते वीरेश्वराच्या मंदीरात प्रवेश करणार नाहीत. त्यानंतर प्रकरण थोडे थंड झाले. नंतर डॉ. आंबेडकरांनी जखमी बांधवांना इलाजाची सोय केली.

या घटनेची माहिती महाराष्ट्रातील कनाकोपऱ्यात गेली. महाराष्ट्रातील दैनिकांशिवाय देशातील काही निष्पक्ष दैनिकांनी त्यांच्या बातमीत डॉ. आंबेडकरावर केलेल्या हल्ल्याचा निषेध आणि हिंदू सवर्णावर टीका करीत त्यांच्या आंदोलनाचे कौतूक केले. पोलिसांनी देखील कार्यवाही करीत सवर्णांच्या गुंडांना अटक केली आणि त्यापैकी ५ ला गुन्हेगार ठरवत ४-४ महिन्याची सजा दिली.

या घटनेने भारतीय समाजाच्या उच्च गटाला विचार करायला मजबूर केले. की अस्पृष्य देखील पाण्याचा उपयोग करायला तितकेच अधिकृत आहेत जितके सवर्ण. या सनातन्यामध्ये दुटप्पी विचार प्रवृत्ती होती. सनातनी हिंदू अस्पृष्यांना आपल्या धर्मात ठेवण्याच्या प्रयत्नात होते. परंतु समान दर्जा देण्यास तयार नव्हते. दुसरीकडे धर्मांतर करून ख्रिश्चन किंवा मुसलमान बनल्यावर त्यांना समानतेची संधी मिळण्याची शक्यता जास्त होती. हिंदू अस्पृष्य म्हणून राहाण्यात ती नव्हती. सवर्णांच्या ह्या एकछत्री अधिकाराला छेदण्यासाठी अस्पृष्यांनी महाड आंदोलनाला यशस्वी करून क्रांतीचा बिगुल वाजवला.

सवर्ण जातीने या बिगुलला स्वतःसाठी एक प्रकारे धोक्याची घंटा समजली. जणू ते पण याला उत्तर देवू इच्छित होते. उत्तर म्हण्णून त्यांनी तलावाला शुद्ध करण्याची योजना आखली. कारण की अस्पृष्यांच्या स्पर्शाने तलाव अपवित्र

झाला होता. म्हणून तलावाला शुद्ध करण्याचा विधी करण्यात येऊ लागला. अपवित्र तलावातून १०८ घडे पाणि काढून बाहेर फेकण्यात आले आणि पंच पदार्थ, ज्यात गायीचे शेण, गोमूत्र, दूध, तूप आणि दही यांनी भरलेले घडे तलावात टाकण्यात आले. या दरम्यान पंडीत - पुरोहिताद्वारे मंत्रोच्चार करण्यात आला आणि समजण्यात आले की तलावाचे शुद्धीकरण करण्यात आले. आशारितीने सनातनी पाण्याचा उपयोग करू लागले.

पाक्षिक - बहिष्कृत भारत

महाडच्या सत्याग्रहाने डॉ. आंबेडकरांना संपूर्ण माहाराष्ट्रात नाव मिळवून दिले होते. देशाच्या इतर भागातही या आंदोलनाची चर्चा कमी-जास्त प्रमाणात होत होती. सर्वात महत्वाची गोष्ट ; ज्या अस्पृष्यांसाठी हे आंदोलन करण्यात आले होते, त्यांच्यात एक प्रकारची जागृती आली होती. अनेक अस्पृष्यांनी आपल्या सामाजिक जीवनाच्या स्तराचा विचार करायला सुरूवात केली आणि आपल्या जीवन निर्वाहासाठी स्वावलंबी बनू लागले, त्यांनी भीक मागणे आणि उष्टे खाणे, या सारख्या पारंपारीक गोष्टी सोडून दिल्या.

सवर्ण लोकांमध्येही असे अनेकजण होते जे अस्पृष्यतेसारख्या अंधश्रद्धेला मानत होते. त्यांनी त्याकाळात डॉ. आंबेडकरांना साथ दिली. अशा सवर्णांना देखील सनातन्यांनी खूप त्रास देण्याचा प्रयत्न केला. डॉ. आंबेडकरांच्या विरोधात सनातनी तर होतेच, त्यामुळे ते त्यांच्याविरोधात सतत आग ओकत असत.

डॉ. आंबेडकरांना त्यांना सडेतोड उत्तर द्यायचे होते. 'मूकनायक' आर्थिक अभावापोटी बंद पडला होता. डॉ. आंबेडकरांनी समजले की आपले विचार व्यक्त करण्यासाठी दैनिकाची गरज म्हणजे काळाची मागणी आहे. त्यासाठी त्यांनी ३ एप्रिल १९२७ रोजी 'बहिष्कृत भारत' नावाने मराठी पाक्षिक सुरू केले. आपल्या पाक्षिकाचा उद्देश स्पष्ट करीत त्यांनी मानवी अधिकारावर जोर दिला. त्यांनी सवर्णानी तळ्याला शुद्ध करण्याच्या कृतीवर जोरदार टीका केली आणि ती कृती म्हणजे अस्पृष्य समजासाठी अपमानजनक असल्याचे सांगितले. त्यांनी त्या अस्पृष्यांना अवाहन केले जे सवर्णांच्या अशा कृतीचा धिक्कार करतात. त्यांना विनंती केली की त्यांनी आपल्या नावाची नोंदणी 'बहिष्कृत हितकारणी सभेच्या कार्यालयात येऊन करावी आणि सत्याग्रहाला अधिक बळकट करण्याच्या कार्याला लागावं.

डॉ. आंबेडकरांनी आपल्या संपादकीयात लिहिले की अस्पृष्य हिंदूच असल्याने स्वतःला सवर्ण हिंदू म्हणनूव घेणाऱ्यांनी आपल्याच बांधवासोबत असे का वागावे? अस्पृष्य तलाव, मंदीर, इत्यादीचा उपयोग का नाही करू शकत? सवर्ण हिंदूकडे याचे उत्तर नव्हते. त्यांनी इतके पण लिहिले की अस्पृष्य लोकांची संख्या पहाता, त्यांना पुरेसे प्रतिनिधित्त्व देण्यात आलेले नाही. त्यांनी तत्कालीन सरकारवर देखील पाक्षिकाच्या माध्यमातून दबाव टाकला की अस्पृष्यांसाठी करण्यात आलेल्या कायद्याचे पालन होते की नाही याची चौकशी व्हायला हवी. जो त्यांना त्यांच्या अधिकारापासून वंचित ठेवत आहेत, त्यांना शिक्षा देण्यात यावी.

दुसरीकडे सवर्ण हिंदूच्या दबावाखाली महाड नगरपालिकेने एक निर्णय घेतला, जो तलाव अस्पृष्यांसाठी म्हणा, सर्वांसाठी म्हणा, खुला केला होता. तो प्रस्ताव ४ ऑगस्ट १९२७ ला रद्द करण्यात आला. या प्रस्तावाच्या विरोधात त्यांनी एक समिती देखील स्थापन केली आणि एका नवीन सत्याग्रहासाठी २५ आणि २६ डिसेंबर १९२७ हा दिवस निश्चित करण्यात आला.

डॉ. आंबेडकरांच्या थोरल्या बंधूचे निधन

त्याच दरम्यान अमरावतीच्या अंबादेवी मंदीरात अस्पृष्यांना प्रवेश असावा किंवा नसावा यावर देखील निर्णय घेतल्या जात होता. त्यासाठी डॉ. आंबेडकरांच्या अध्यक्षतेखाली १३ नोव्हेंबर १९२७ रोजी अमरावतीत दलित वर्गाची एक बैठक झाली. त्यांनी आपले अध्यक्षीय मनोगत व्यक्त करतांना म्हटले, “दक्षिण अफ्रिकेतील वर्ण-भेदाच्या धोरणावर हिंदू टीका करतात, हिंदुत्त्वावर सवर्ण अथवा अवर्ण हिंदूचा समान अधिकार आहे. सार्वजनीक पाणवठ्यावर पाणि पिणे तसेच मंदीर-प्रवेशाचा अधिकार प्रस्थापित करणे आपला ताबडतोबीचा कार्यक्रम आहे.”

त्यावर जी. एस. खापर्डे जे अंबादेवी मंदीर समितीचे अध्यक्ष होते, त्यांनी डॉ. आंबेडकरांच्या सत्याग्रहाला रोखण्याचा प्रयत्न केला, यामुळे की तीन महिन्याचा कालावधी दिला जावा म्हणजे त्यांना एक प्रकारची वातावरण निर्मिती करता येईल. त्यांचा आग्रह आणि विश्वासामुळे एक दुःखद वार्ता मिळाली की त्यांचे थोरले बंधू या जगात नव्हते.

पुन्हा महाड सत्याग्रहाचा प्रयत्न

महाडमध्ये नगरपालिकेने अस्पृष्यांच्या वापरांसाठी खुले केलेले तळे पुन्हा ४ ऑगस्ट १९२२ ला बंद केले होते. त्याच आंदोलनासाठी पुन्हा प्रयत्न केल्या जावू लागला. त्यासाठी शेकडो प्रतिनीधी सत्याग्रहाच्या तयारीला लागले होते. त्यासाठी ते २४ डिसेंबर १९२७ ला मुंबईवरून महाडला आले. दुसऱ्या दिवशी ते तासगावला थांबले. तिथे अस्पृष्य हजारोंच्या जमावाने डॉ. आंबेडकरांचे भव्य स्वागत केले. येथून महाड केवळ पाच मीलच्या अंतरावर होतं, जिथे ते मोर्चाच्या स्वरूपात महाडला पोहोचले. कसलीही गडबड होणार नाही याची खबरदारी म्हणून पोलिस सुपरिन्टेन्डेन्टने डॉ. आंबेडकरांना सतर्क करीत जिल्हा मॅजिस्ट्रेटला भेटण्याची सूचना दिली.

डॉ. आंबेडकरांनी तसेच केले. जिल्हा मॅजिस्ट्रेटने सल्ला देत म्हटले, 'आपण सत्याग्रह करू नये, कारण सवर्ण हिंदूने चवदार तळे खाजगी असल्याचा दावा केला आहे. म्हणून या दाव्यावर निकाल येईपर्यंत वाट पहा'.

डॉ. आंबेडकरांनी जिल्हा मॅजिस्ट्रेटला जाहीरपणे सांगितले, 'आम्ही सत्याग्रह जरूर करू कारण ज्या पाण्याला पारशी, मुसलमान, ख्रिश्चन स्पर्श करतात, त्याला अस्पृष्य का नाही?' शेवटी मॅजिस्ट्रेटने समजावून सांगत म्हटले, त्यांना परिषदेत आपले हे विचार व्यक्त करण्याची संधी दिली जाईल. तेंव्हा कुठे डॉ. आंबेडकरांनी त्यांचे म्हणणे स्वीकारले.

त्याच्या दुसऱ्या दिवशी हजारोंच्या संख्येत अस्पृष्याने सत्याग्रही म्हणून आपल्या नावाची नोंदणी केली. महाडमध्ये जवळ-जवळ १५००० लोक उपस्थित झाले, त्यांच्या समोर बोलताना डॉ. आंबेडकर म्हणाले की आपण तळ्यावर जाण्याचा हट्ट यामुळे करीत आहोत, कारण आपण पण माणसे आहोत आणि इतरांप्रमाणे जगू इच्छितो. संध्याकाळी मॅजिस्ट्रेट परिषदेत आले आणि म्हणाले की हे चवदार तळ्याला सवर्णांनी आपली खाजगी मालमत्ता म्हणून सांगितले आहे. म्हणून प्रकरण न्यायप्रविष्ठ आहे. आता संयम बाळगून आपल्याला निकालाची वाट पहावी लागेल. असे जर करण्यात आले नाही तर कायद्याचा अपमान केल्याचा ठपका आपल्यावर म्हणजे डॉ. आंबेडरांवर बसेल. कारण आधीच महाड सत्याग्रहातील दोषींना शिक्षा मिळालेली आहे, ज्यांनी त्यावेळी दंगल घडवली होती. म्हणून कोर्टाचा आदेश येईपर्यंत आंदोलन स्थगित करण्यात यावं.

त्यावर पुन्हा चर्चा झाली आणि डॉ. आंबेडकरांनी कायद्याचा सन्मान ठेवत म्हटले की आम्ही सत्याग्रह स्थगित करीत आहोत. परंतु आपल्या अधिकारासाठी आपण शांत बसणार नाहीत आणि जोपर्यंत चवदार तळ्यावर आपला अधिकार प्राप्त होत नाही. ही लढाई चालूच राहील. या परिषदेत अनेक प्रस्ताव मांडण्यात आले. त्यापैकी एक होता मनुस्मृतीवरचा बहिष्कार. त्यात आगामी एक महत्वाचा प्रस्ताव पास झाला होता, तो होता नासिक मधील काळाराम मंदीर प्रवेश सत्याग्रहाची घोषणा.

मनुस्मृतीचे दहन

असे असले तरी हा विचार तत्कालीन परिस्थितीमधून उत्पन्न झालेला विचार होता. त्यानुसार त्यांनी २५ डिसेंर १९२७ रोजी महाडमध्ये मनुस्मृतीला जाळले, त्यामुळे देशात एकच खळबळ माजली. याचे महत्व पटवून देताना डॉ. आंबेडकर आपल्या पाक्षिकात लिहितात- 'मनुस्मृती विषमतेचं समर्थन करते, शूद्र जातीची निंदा करते, स्वतंत्र विचाराच्या व्यक्तिने हा ग्रंथ कधीही स्वीकारला नाही पाहिजे, अस्पृष्य वर्ग या ग्रंथामधील मताशी अजिबात सहमत नाही. हे दाखवून देण्यासाठीच मी या ग्रंथाला जाळून टाकण्याचा निर्णय घेतला.'

नासिकात एक बैठक

काळाराम मंदीर प्रवेश सत्याग्रहादरम्यान सवर्णांनी ज्या प्रकारे आपली मानसिकता दाखवली होती. त्यांने चिंतीत होवून दलितांची एक बैठक सन १९२८, जानेवारी महिन्यात बोलावण्यात आली. बैठकीच्या अध्यक्षतेखाली डॉ. आंबेडकर होते. दलितांचा निर्णय हेाता की त्यांच्या जातीचे एक महान संत चोखामेळा यांचे मंदीर बांधण्यात यावे. आपली इच्छा त्यांनी डॉ. आंबेडकरांसमोर मांडली होती. डॉ. आंबेडकरांनी दलितांच्या या इच्छेला विरोध करीत हे समजावून सांगण्याचा प्रयत्न केला की संताच्या नावाने मंदीर बांधण्यापेक्षा आपल्यावर अस्पृष्यतेचा जो कलंक लावण्यात आला आहे, तो धुवून काढण्याचा प्रयत्न करावा. अशाप्रकारे आपल्यावरील कलंक धुवून काढल्यानेच आपल्या त्या महान संताना खरी श्रद्धाजली मिळले ज्यांनी आपल्या दलित लोकांसाठी वेळोवेळी काम केले. खरे सांगायचे तर त्यांना ही गोष्ट यामुळे देखील मान्य नव्हती की दलित

समाज आधीच दारिद्र्य अवस्थेत होता. तसे केल्याने ते पुन्हा आर्थिक संकटात सापडतील. इतकेच नाही तर मूर्तिपूजेपेक्षा ते मानवतेला जास्त महत्व देत होते.

सामाजिक सुधारणा व विचार

डॉ. आंबेडक, टिळक ज्यांनी 'स्वराज्य माझा जन्म सिद्ध अधिकार आहे' हा नारा दिला होता, त्यांचा खूप सन्मान करीत होते. परंतु त्यांच्या या मताशी नव्हते की देशाच्या स्वातंत्र्यासाठी राजकीय सुधारणेच्या प्रक्रियेला चालू ठेवले जावे. त्यापेक्षा डॉ. आंबेडकर सामाजिक सुधारणेला महत्व देत होते. त्यांनी काही तर्कसंगत मुद्दे समोर मांडले होते. जसे की काय जगात असा एखादा समाज आहे, जिथे अस्पृष्य रहात आहेत आणि त्यांची सावली पडल्यावर किंवा त्यांच्यावर नजर टाकल्यानेही ते अपवित्र होतात? जगात अशी एखादी जात-जमात आहे जी गुन्हे करण्यातचं गुंतलेली आहे आणि जिथे प्राचीन टोळ्या जंगलात निर्वस्त्र रहात आहेत? त्यांचे मत होते की अशी करोडोंची संख्या आहे जी हिंदू समाजात वास्तव्य करतात. ह्या गोष्टीला संस्कृती म्हणायचे की संस्कृती विनाश?

डॉ. आंबेडकरांच्या तर्कबुद्धिने ब्राह्मणवादाचा तीळपापड झाला होता. असा समाज जो हिंदू समाजाला रूढीवादीच राहू देवू इच्छित होता. असे असताना डॉ. आंबेडकरांना वाटत होते की सरकार आणि अधिकार असावेत जे मानवी धर्माला जोडणारे असावेत. त्यासाठी त्यांनी काही उपाय पण सुचवले होते.

१. सर्व हिंदूने एकत्र येऊन एकच एका धर्मग्रंथाची निवड करावी, जसे की ख्रिश्चन, शिख आणि मुसलमानात आहे, वेद, पुराण आदी ग्रंथांचा निषेध केल्या जावा.

२. हिंदूचा पुरोहितवाद संपविण्यात यावा. त्याला कायम ठेवणे अनिवार्य असेल तर त्यासाठी पितृक आधार नसला पाहिजे. सर्व पुरोहित्वासाठी समान स्वरूपात अधिकारी असावेत.

३. लोकांच्या गरजेनुसार पुरोहितांची संख्या ठरविण्यात यावी.

४. प्रत्येक पुरोहिताकडे राज्य सरकार मान्य धार्मिक तसेच उत्सवाला संपन्न करण्यासाठीची सनद असायला हवी. सनद नसेल तर पुरोहितपणा दंडनीय समजण्यात यावा.

५. पुरोहित एक प्रकारचा सरकारी कर्मचारी असायला हवा. त्याची नैतिकता तसेच आस्थेचं प्रशासनाकडून मूल्यांकन व्हायला हवे. त्याने कोणत्याही स्वरूपात निरक्षर लोकांचे शोषण करू नये.

सोबतच त्यांनी खाणे-पिणे आणि अंतरजातीय विवाहाच्या संदर्भात देखील काही उपाय सुचवले होते. जुन्या व्यवस्थेत बदल आणण्यासाठी त्यांनी वेद आणि शास्त्राबद्दल असमाधान व्यक्त केले. कारण की त्यात नैतीकतेला आणि बुद्धिला कसलेच स्थान नाही. त्यांना नष्ट करण्यात आले पाहिजे. या सुधारणावादी गोष्टींने हिंदू संघटनामध्ये रोष वाढला होता.

ब्रिटिश सरकारचे साइमन कमीशन

सन १९१९ च्या मॉटेग्यू - चेम्सफोर्ड योजनेत सुधारणा तसेच संशोधन केल्यानंतर ब्रिटिश सरकारने साइमन कमिशन नियुक्त केले. जे की ३ फेब्रुवारी १९२८ ला मुंबईत धडकले. जिथ-जिथे ते कमिशन गेले त्याला काळे झेंडे दाखवण्यात आले आणि त्याच्या विरोधात नारे लावण्यात आले. 'साइमन गो बॅक' काँगेसने देखील साइमन कमिशनला पूर्णपणे विरोध केला होता.

सर जॉन साइमनच्या नेतृत्त्वाखाली भारत सरकारने केंद्रिय असेम्बलीतर्फे निवडक सदस्याची एक सलेक्ट कमिटी बनवली. जिचं काम साइमन कमिशनला सहकार्य करणे हे होतं. या आधारावर प्रांतीयक विषयावर कमिशनला सल्ला देण्यासाठी प्रांतीय कॉन्सिलने कमिट्या निवडल्या होत्या. डॉ. आंबेडकर मुंबई प्रांत सिलेक्ट कमेटीद्वारा निवडण्यात आले. परंतु जो रिपोर्ट प्रांतीय कमेटीने तयार केला, त्यावर मतभेद झाल्याने डॉ. आंबेडकरने हस्ताक्षर करणे ठीक नाही समजले आणि स्वतः तयार केलेला रिपोर्ट सादर केला. त्यात त्यांनी मुस्मिल नेत्यांच्या त्या मागण्याला विरोध केला ज्या भारतात मुस्लिम बहुमत प्रातांची संख्या वाढविण्याचा प्रयत्न करीत होत्या. त्यांनी मुस्लिमांच्या वेगळ्या निर्वाचन संघाला देखील विरोध करीत म्हटले की वेगळ्या निवडणूका तसेच धार्मीक संरक्षण लोकशाही तत्वाच्या विरूद्ध आहे. इतकेच नाही, त्यांनी संख्येच्या प्रमाणात प्रतिनिधीत्वाची गोष्ट केली आणि संयुक्त निवडणूकीत धार्मीक लीगच्या मतदानीय भागीदारीचा विषय पण काढला. त्यांचे मत होते की सरकारी नोकरीचे भारतीयकरण व्हायला हवे. सोबतच त्यांनी प्रांतीय मंडळाला जबाबदार असल्याच्या संदर्भात विषय देखील छेडला.

यामधूनच एक गोष्ट तर स्पष्ट होते, ती ही की त्यांनी आपल्या दूरदृष्टीचा परिचय देत मुस्लिम लीगच्या धार्मीक राजकारणाला जास्तीत विरोध केला होता?

डॉ. आंबेडरांच्याच विचारांचे समर्थन करीत त्यांचे पाक्षिक 'बहिष्कृत हितकारिणी सभा' च्या वतीने लिहिण्यात आले की, सैनानावीक दल आणि पोलिस दलात अस्पृष्यांना प्रवेशाधिकाराची संधी मिळायला हवी. तसे निवेदन पण करण्यात आले होते. त्यात त्यांनी संयुक्त निवडणूक क्षेत्र आणि दलित वर्गासाठी आरक्षित क्षेत्राची मागणी केली होती. याशिवाय त्यांनी कमिशन समोर एक साक्ष देखील दिली होती.

त्यात म्हटले होते -

१. दलितांना हिंदू समाजापासून एक स्वतंत्र जात म्हणून मान्यता दिली जावी.
२. दलित समाज शिक्षणाच्या बाबतीत मागासलेला, आर्थिकदृष्ट्या गुलामीचे जीवन जगत आहे. कमिशनने ही गोष्ट लक्षात घ्यावी.
३. भारतातील कोणत्याही अल्पसंख्याक जातीच्या तुलनेत दलितांना राजकीय सुरक्षेची सर्वांधीक गरज आहे.

'महार वतन सुधारक'

विधिमंडळात डॉ. आंबेडकर मोठ्या प्रमाणात भाग घेत असत. त्यात एक विधेयक १९ मार्च, १९२८ ला सादर करण्यात आले. त्यात म्हटले होते की, दलित अनेक वर्षापासून गावात पारंपारीक कामं करीत आहेत, ज्यामुळे त्यांच्या जीवनात काहीही बदल होत नाही. धान्याचे खळे चालू असताना त्यांना थोडेफार धान्य दिले जात असते. त्यावर त्यांना कसं-बसं जगावं लागतं. दलितांची ही शोचनीय दशा पाहूनच निर्णय घेण्यात आला की या विधेयकातंर्गत त्यांना मदत म्हणून सरकारी खजिन्यातून वेतन दिल्या जावू शकत होते. या विधेयकाला 'महार वतन सुधारक' म्हणण्यात आले होते.

अस्पृष्य विद्यार्थ्यांच्या शिक्षणाच्या सोयीबद्दल संघर्ष

डॉ. आंबेडकर मुंबईच्या गव्हर्नमेंट लॉ कॉलेजात जून १९२८ ला प्रोफेसर बनले. त्याच वर्षी ऑगस्ट, १९२८ मध्ये त्यांनी 'दलित जाती शिक्षण

समिती' ची स्थापना केली. त्यांच्या या समिती योजनेचे सरकारने स्वागत केले आणि हाइस्कुलच्या अस्पृष्य विद्यार्थ्यांच्या पाच वस्तिगृहाच्या मदतीसाठी वार्षीक अनुदान ९००० रूपये देणे स्वीकारले. परंतु खर्च जास्त झाल्याने ही सरकारी मदत कमी पडू लागल्यावर डॉ. आंबेडकरांनी मानवतेच्या नावानी ख्रिश्चन, मुस्लिम, पारसी आणि हिंदू कोणाकडूनही मदत मागायला संकोच केला नाही. डॉ. आंबेडकरांनी या साठी संघर्ष केला की शाळेत अस्पृष्यांना दाखला नाही दिल्या जात.

डॉ. आंबेडकरांच्या अध्यक्षतेखाली एप्रिल १९२९ मध्ये रत्नागिरी च्या दलित जाती परिषद संमेलनात ते चिपळून मध्ये झाले होते त्यात एक ब्राह्मण सहकारी देवराव नाइकने वैदिक मंत्रासहित हजारो अस्पृष्यांना जानवे घातले. या जानवे प्रकरणाने सवर्ण वर्ग भडकला होता.

अशाप्रकारे जळगाव मध्ये देखील २९ मे १९२९ ला परिषदेत डॉ. आंबेडकरांने सवर्णांना ईशारा देताना म्हटले की जर सवर्णांनी आपला संकुचित विचार अस्पृष्यांच्या संदर्भात बदलला नाही तर धर्मांतर करायला मागे-पुढे पहाणार नाही.

डॉ. आंबेडकर अस्पृष्य समाजासाठी काही ना काही करीतच असायचे. यांच ध्येयासाठी त्यांनी मुंबईत 'समाज समता संघ' ची स्थपना देखील केली होती. या संघाचे कार्य अस्पृष्यांच्या नागरी अधिकारांबद्दल जागृत राहणे होते. त्यांचे कार्य पहाता दादरच्या गणेशोत्सवाच्या अध्यक्षाने आधीच संघाला सूचित केले की ते अस्पृष्यांना आपल्या मंडपात प्रवेश करू देणार नाहीत, ज्यात मूर्तीची स्थापना होणार होती. सार्वजनीक उत्सवाला पहाता अस्पृष्य वर्ग देखील त्यात आपला सहभाग कायम ठेवू इच्छित होते म्हणून मूर्ति - स्थापनेच्या दिवशी शेकडोच्या संख्येत एकत्र आले आणि मंडपात जाण्याची मागणी करू लागले. आयोजक त्यांना रोखण्याचा खूप प्रयत्न करू लागले. शेवटी मदतीसाठी पोलिसांना बोलवण्यात आले, परंतु अस्पृष्य वर्ग आपल्या हट्टावर कायम होता आणि त्यांच्या वाढत्या संख्येला पहाता आयोजकाला माघार घेऊन सार्वजनीक उत्सवात अस्पृष्यांना सहभागी करून घेतले.

अशी विचित्र स्थिती होती की आपल्या मानवी नागरी अधिकारांसाठी लढताना डॉ. आंबेडकरांना अनेकदा अपमान सहन करावा लागत होता. हा अपमान त्यांना समाजाच्या लहान-मोठ्या सवर्ण म्हटल्या जाणाऱ्या लोकांकडून

झाला होता. डॉ. आंबेडकर त्या मिटिंगचे सदस्य होते जे की मुंबई सरकारने अस्पृष्य तसेच आदिवासीची सामाजिक, आर्थिक व शैक्षणिक तयारी करण्यासाठी स्थापन केली होती. या कमिटीचे दोन सदस्य डॉ. सोळंकी आणि ए. व्ही. ठक्कर देखील होते. या कमिटीतील एका अस्पृष्याने तक्रार केली की त्यांच्या मुलाला शाळेच्या वर्गात न बसवता अंगणात बसवले जात आहे. डॉ. आंबेडकर कमिटीचे सदस्य या नात्याने चौकशी करायला गेले तर शाळेच्या मुख्याधापकाने देखील त्यांना शाळेत प्रवेश करू द्यायला नकार दिला.

अशीच एक अपमानजनक घटना खानदेशाच्या दौऱ्यावर असताना घडली. २३ ऑक्टोबर १९२९ ला ते चाळीसगावला पोहोचले जिथे दलित समाजाने तर त्यांचे भव्य स्वागत केले. परंतु स्टेशनवरील एक टांग्यावाल्याने त्यांना विचित्रच अट घातली की त्यांचा टांगा एखाद्या अस्पृष्याने चालवला तर तो पायी चालेल. शेवटी एका अस्पृष्याने टांग्यात डॉ. आंबेडकरांना बसवून लगाम आपल्या हाती घेतला परंतु ज्यामुळे घोडा चवताळला आणि टांगा पलटी झाला. त्यामुळे डॉ. आंबेडकर चांगलेच जखमी झाले. त्यांच्या डाव्या पायाची हड्डी मोडली. ही जखम काही दिवसाच्या आरामानंतर ठीक तर झाली परंतु पायाचा ऐब जीवनभर राहिला.

नासिक आंदोलन

सन १९२७ मध्ये महाड सत्याग्रह यशस्वी आंदोलन म्हणून सिद्ध झाले. सन १९३० मध्ये मंदीरात अस्पृष्यांच्या प्रवेशाच्या संदर्भात डॉ. आंबेडकरांची वृत्ती बाणेदार होत असल्याचे दिसत होते. २ मार्च, १९३० ला हा दिवस तो दिवस होता, ज्या दिवशी गांधीजीने सविनय कायदेभंगाला सुरू करण्याची धमकी व्हाइसरॉय लॉर्ड इर्विन ला एक पत्र लिहून एक ऐतिहासिक आंदोलनाला सुरूवात केली होती. हा तो पण दिवस होता ज्यावेळी डॉ. आंबेडकर देखील एक ऐतिहासिक दिवसाची निर्मिती करू लागले होते. त्यांनी मंदिरावर सवर्णांच्या एकाधिकाराला आव्हान देत अस्पृष्यांच्या प्रवेशाधिकारासाठी आंदोलन सुरू केले आणि नासिकच्या प्रसिद्ध काळाराम मंदीरात प्रवेश आणि करण्याचे व्रत घेतले.

एकिकडे गांधीजी भारतीयांच्या राजकीय स्वातंत्र्यासाठी संघर्ष करीत होते तर दुसरीकडे डॉ. आंबेडकर अस्पृष्यांच्या सामाजिक स्वातंत्र्यासाठी संघर्ष

करीत होते. एकाचे आंदोलन संपूर्ण भारतासाठी, भारतीयांसाठी होते. दुसऱ्यांचे आंदोलन भारतीयामधील ठराविक अस्पृष्य लोकांसाठी होते. परंतु काही का असे ना दोघांचा उद्देश समान होता. नासिक मंदीरासाठी जबरदस्त सत्याग्रह सुरू झाला होता. त्यासाठी प्रथम डॉ. आंबेडकरांनी अस्पृष्यांची एक सभा घेतली. त्यानतर दुपारी तीन वाजता अस्पृश्यांना एक मोठा जमाव जो की एका रांगेत आणि शिस्तबद्ध होता. काळाराम मंदीराच्या दिशेने निघाला.

सभेचे सचिव गायकवाडांनी काळाराम मंदीराच्या विश्वस्तांना आपला हेतू बोलून दाखविला होता की अमुक दिवशी ते त्यांचे लोक राम मंदीरात दर्शनासाठी येतील. मंदीराच्या व्यवस्थापकाने मंदीराचे सर्व दरवाजे अस्पृष्यांसाठी बंद ठेवले होते. अस्पृष्यांची झूंड जी अद्याप एक मैल दूर होती. त्याच्यासमोर सैनिकांचा बँड वाजत होता. त्याच्यामागे स्काउट दल होते, त्याच्यामागे ५०० महिला होत्या. झूंड शिस्तबद्धरितीने हळू-हळू मंदीराच्या पूर्वीकडील दरवाज्याकडे आगेकूच करीत होती.

सनातन्यात खळबळ माजली होती आणि ते अस्पृष्याच्या ह्या आंदोलनाला मोडीत काढू इच्छित होते. त्यांनी त्यांच्या वतीने अनेक प्रकारचे प्रयत्न करून पाहिले होते, जशी ही झुंड जवळ आली, तसेच जिल्ह्याधिकारी, सिटी मॅजिस्ट्रेट आणि पोलिस अधीक्षक यांना बंद करण्यात आले. ज्यामुळे हा जमाव गोदावरी घटावर जावून सभेत रूपांतरीत झाला पाहिले होते, जशी ही झूंड जवळ आली, तसेच जिल्ह्याधिकारी, सिटी मॅजिस्ट्रेट आणि पोलिस अधीक्षक यांना बंद करण्यात आले. ज्यामुळे हा जमाव गोदावरी घटावर जावून सभेत रूपांतरीत झाला आणि सत्याग्रहाच्या घोषणा देण्यात येऊ लागल्या.

रात्रीच्या आकरा वाजता नेत्याने पुन्हा परिस्थितीचा अंदाज घेतला आणि ठरवले की अहिंसात्मक पद्धतीने मंदीराच्या दरवाज्यावर प्रदर्शन करण्यात येईल. दुसऱ्या दिवशी सकाळी १२५ पुरूष आणि २५ स्रीयांची पहिली तुकडी मंदीराच्या चारही दरवाज्यावर तैनात करण्यात आली. हे तैनात दल स्वरबद्ध गीत-भजन गात बसले. तिकडे आठ हजार सत्याग्रही आपला नंबर येण्याची प्रतिक्षा करू लागले. अशाप्रकारे दररोज सत्याग्रह होत होता आणि श्रीरामाच्या या भक्ताने मंदीराचे प्रवेशद्वार व्यस्थापकाकडून बंद करण्यात आले. मधुन-मधून सत्याग्रही जोशात येऊन मंदीराच्या दिशेने धावू लागत. त्यावर तिथे असलेला

तैनात पोलिस दल त्यांना सावध पण करीत होता. मंदीराला हत्याबंद पोलिसानी देखील घेराव घातला होता. प्रथम श्रेणीचे दोन मॅजिस्ट्रेट देखील सकाळपासून तिथे उपस्थित होते. इतकेच नाही तर पोलिस अधीक्षक रेनाल्डने आपले कार्यालय मंदीरासमोर टेंट उभारून तिथेच सुरू केले.

अशा जबरदस्त संघर्षाच्या परिस्थितीत मंदीरात प्रवेश करण्याचा प्रश्नच उरत नव्हता. हळू-हळू ही समस्या गंभीर होत चालली होती. तिकडे सवर्ण हिंदूच्या वतीने एक सभा शंकराचार्याने देखील केली होती.

परिस्थिती चिघळत चालली होती. एका महिन्यापेक्षाही जास्त संघर्ष सुरू होता. शेवटी ९ एप्रिल १९३० रामनवमीच्या दिवशी, श्रीरामाची रथयात्रा त्यांचे भक्त काढतात. सुसज्जित रथ तर मंदीराच्या समोर उभाच होता. सवर्ण हिंदू गंभीर पेचप्रसंगात अडकले होते. या दिवशी रथयात्रा काढणे देखील गरजेचे होते. अशा परिस्थितीत सिटी मॅजिस्ट्रेटने एक उपाय शोधला. ज्याला दोन्ही बाजूच्या लोकांनी मान्यता दिली होती. ठरले की सवर्ण आणि सत्याग्रही दोघे मिळून रथाला ओढतील.

हजारोंच्या संख्येनं लोकांना हे दृष्य पहायचं होतं. डॉ. आंबेडकर आपल्या काही सहकार्यांसाबत मंदीराच्या प्रवेशद्वारासमोर पोहचतील. सवर्णामधील काही उपद्रवी लोकांनी मारामारी सुरू केली. त्यावर दुसरा सवर्ण दल रथाला ओढत चालला होता. पोलिस पहिल्यापासूनच अशा परिस्थितीसाठी सज्ज होते. त्यांच्याकडून लाठीचार्ज होवू लागला आणि दुसरीकडून दगडफेक देखील सुरू झाली, अनेकजण जखमी होवू लागले.

दलित जातीचे नेते श्री दादासाहेब गायकवाडने डॉ. आंबेडकरांना म्हटले की, 'आपल्या जीवाला धोका होवू शकतो. आपण तात्काळ या ठिकाणाहून चालते व्हावे, मोटार उभी आहे'.

डॉ. आंबेडकरांनी न घाबरता उत्तर दिले, 'मी एका बहादुर सैनिकाचा मुलगा आहे, भित्रा नाही, माझे जे काही होईल ते होवो, मी जागेवरून सरकणार नाही. दुसऱ्यांचा जीव धोक्यात घालून स्वतःचा जीव वाचवणारा मी नाही.'

रथ एक अरूंद रस्त्यावर उभा होता. त्या रस्त्यावर पोलिस देखील सशस्त्र उभी होती. यामुळे की कोणी अस्पृष्य रथाजवळ येऊ नये. याचाच फायदा

घेऊन सवर्ण रथाला ढकलत होते. परंतु अस्पृष्य मंडळी देखील आपल्या हट्टावर कायम होते. परंतु असे असतानाही काही अस्पृष्य लोक हत्यारबंद पोलिसांची पर्वा न करता रथापर्यंत पोहोचले होते. त्यामुळे क्रोधित झालेल्या सवर्णांनी त्या अस्पृष्यांवर हल्ला केला होता. ज्यावेळी डॉ. आंबेडकर आपल्या सहकार्यासोबत दाखल झाले तर त्यांच्यावरही दगडफेक झाली. ज्यामुळे त्यांना जखम झाली, अनेक अस्पृष्यांना आपल्या नेत्याला झालेली अशी प्रकारची मारहाण सहन झाली नाही आणि ते डॉ. आंबेडकरांना घेराव घालून उभे राहिले आणि त्यांना आणखी जखमी होण्यापासून वाचविले. दिवसभर सवर्ण आणि दलितांमध्ये संघर्ष होत राहिला. तशातही सत्याग्रह चालूच ठेवण्यात आला.

या संघर्षाचा परिणाम असा झाला की जी अस्पृष्यांची मूलं शाळेत जात होती, त्यांना शाळेतून काढण्यात आलं. गावात राहाणाऱ्या दलितांवर अन्याय करण्यात येऊ लागला. काही रस्ते त्यांच्यासाठी बंद करण्यात आली, निराश आंबेडकर मुंबईला परतले. परंतु सत्याग्रह अद्याप चालू होता. सनातन्यानी मंदीर एक वर्ष बंद ठेवले. सवर्ण जेव्हा रथ यात्रा काढण्याचा प्रयत्न करीत, अस्पृष्य देखील आपल्या आंदोलनाची घोषणा करीत, सवार्णांकडे ज्यावेळी काही पर्याय राहिला नाही त्यांनी रथाशिवाय केवळ मूर्ति घेऊन जाण्याची प्रशासनाकडून परवानगी मिळाली. परंतु सन १९३१ मध्ये त्यावरही बंदी घालण्यात आली. मग १९३३ मध्ये केवळ मूर्ति घेऊन जायला परवानगी देण्यात आली. सत्याग्रहीच्या आंदोलनामुळे शेवटी मंदीर प्रवेशाचा कायदा करण्यात आला. जो १९३५ मध्ये लागू झाला आणि काळाराम मंदीराचा दरवाजा अस्पृष्यांसाठी खुला झाला.

भारतात गांधीजी सत्याग्रहाचे अग्रणी होते. त्यांचे मोठे नाव होते. शेवटी मंदीर प्रकरणावर त्यांना पण विनंती करण्यात आली की त्यांनी दलितांच्या आंदोलनाला आपले समर्थन देवून त्यांच्या न्याय हक्कासाठी त्यांना शक्ती प्रदान करावी. परंतु गांधीजीने या मागणीचा विचारही केला नाही आणि आंदोलनाच्या निर्णयाला समर्थनही दिले नाही. त्यांचे मत होते की आपल्याच देशात आपल्याच लोकांविरोधात आंदोलन करणे ठीक नाही. असे आंदोलन तर इंग्रज लोकांसोबत करायला हवे. हे विधान गांधीजी आणि डॉ. आंबेडकरांच्या विचारामधील फरक दर्शवून देतं.

राजकीय चळवळीसाठी प्रयत्नाला वेग

डॉ. आंबेडकरांनी 'मूकनायक' आणि 'बहिष्कृत भारत' मध्ये आपले लेख आणि तेजस्वी शब्दांचा मारा करून हजारो लोकांना प्रभावीत करून स्वतःभोवतीचं संघटन मजबूत केलं होतं. ही मंडळी होती ज्यांच्यासाठी ते सवर्ण मंडळीसोबत लढत होते. ते पण अशावेळी, ज्यावेळी गांधीजींचा बोलबाला संपूर्ण देशात होता. ते राजकीय अर्थाने इंग्रजांच्या विरूद्ध अहिंसात्मक पद्धतीने आगळी-वेगळी लढाई लढत संपूर्ण देशात लोकप्रिय झाले होते. इकडे डॉ. आंबेडकर समाजातील विकृत व्यवस्थेच्या विरोधात लढत होते.

डॉ. आंबेडकरांने आपल्या सुरूवातीच्या लढाईत जी महत्वपूर्ण कामगिरी केली. त्यात उल्लेखनीय होतं, महाडचा सत्याग्रह, मनुस्मृतीचे दहन आणि काळाराम मंदीर सत्याग्रह. या तीन घटनांनी डॉ. आंबेडकरांना आपल्या गळ्यातले ताइत बनवले होते. तसेच देशातील राजकीय नेत्याचे आणि शासनाचे लक्ष देखील स्वतःकडे वेधून घेतले. त्यांच्या तेजस्वी भाषणांने वेळोवेळी देशाच्या विद्वानांना देखील आकर्षित केले होते.

त्या काळात साइमन कमीशनला विरोध करण्यात येत होता. डॉ. आंबेडकरांचे लक्ष देखील आता राजकीय दिशेला आकर्षिल्या जावू लागले होते. त्यांनी जुलै-ऑगस्टच्या विधानसभेच्या सत्रात देखील भाग घेतला होता.

डॉ. आंबेडकरांने रशिया, हंगेरी, युगोस्लाव्हिया आदी देशाचे उदाहरण देत भारताबद्दल भाष्य केले होते की, हे देश विभिन्न भाषा, विभिन्न जाती आणि विभिन्न संस्कृतीचे असून देखील एक आहेत आणि भारतात अशी शक्यता का नाही?

त्यांचे मत होते की एक देश दुसऱ्या देशावर राज्य करतो ते पण काही योग्य नाही. तसेच एक वर्ग दुसऱ्या वर्गावर राज्य करतो, ते पण योग्य नाही कारण प्रत्येक व्यक्तीला समान संधी मिळायला हवी. सर्वांचा विकास झाला तरच देशाचा विकास शक्य आहे. त्यांनी अस्पृष्यांना संरक्षण मिळावे अशी पण मागणी केली. त्यांची दृढ धारणा होती की जोपर्यंत सामाजिक आधारावर समाजात समानता प्रस्थापित होत नाही तोपर्यंत कोणत्याही प्रकारचा विकास अशक्य आहे.

तिकडे सरकारच्या विरोधात आंदोलन तीव्र होत चालले होते. गांधींच्या

दांडी मार्चने त्याला अधिकच उग्र केले होते. डॉ.आंबेडकरांच्या दृष्टिने हे पाऊल योग्य नव्हते. निःशंसय ही पण एक क्रांती होती. ते सामाजिक जीवनातील क्रांतीवर जोर देत होते. कारण रिकाम्या परिवर्तनाने दलित वर्गाचा कसलाही फायदा होणार नव्हता. त्यांना समाज जीवनात बदल हवा होता. त्यांनी कॉंग्रेसवर असा अरोप केला की त्यांनी अस्पृश्यांना त्यांचे अधिकार देण्यासाठी तसेच त्यांची स्थिती सुधारण्यासाठी कसलेही क्रांतीकारी पाऊल उचलले नाही.

त्यांच्या दृष्टिने कॉंग्रेस एक राष्ट्रीय आंदोलन आहे, राजकीय पार्टी नाही. डॉ. आंबेडकर समाजात पसरत चाललेल्या रूढी परंपरा, अंधश्रद्धा आणि विषमतेत प्रथम संपवू इच्छित होते. त्यांना वाटत होते की समाजाने शिकावं, त्याला चांगल्या-वाईटमधला फरक समजावा. हे गरजेचे आहे. म्हणून ते सामाजिक, आर्थिक आणि राजकीय विकासाच्या बाजूने होते.

त्यांच्या स्पष्ट वक्तेपणाबद्दल अनेकजण त्यांना देशभक्त समजत नव्हते. त्यांना त्यांनी उत्तर दिले होते- 'मला वाटते की उच्च म्हणवून घेणाऱ्या हिंदूसोबत माझे काही मतभेद असू शकतात. परंतु मी आपल्यासमोर शपथ घेऊन सांगतो की देशाच्या रक्षणासाठी मी माझा प्राण देखील अर्पण करील'

राजकारणात प्रवेश

डॉ. आंबेडकर आतापर्यंत त्यांनी केलेल्या सामाजिक कार्यातून समजून गेले होते की हिंदू समाजात ज्या लोकांना मानवी अधिकार देण्यासाठी संघर्ष करीत होते. त्यांना मानवी अधिकार देणे शक्य नाही. शतकानु शतकापासून मनात असलेली अस्पृष्यतेची भावना काही महिन्यातच किंवा काही वर्षाच्या प्रयत्नाने नष्ट होणार नाही किंवा त्यांच्या इच्छेप्रमाणे किंवा समजून सांगितल्याने ती त्यांची मानसिकता बदलून टाकतील. दलित आपल्या अधिकारासंदर्भात अज्ञानी होते अथवा त्याला दैवी समजत होते आणि सनातनी होते जे त्यांना अधिकार देवू इच्छित नव्हते. जो एक मनुष्य आसल्याच्या नात्याने त्याला सहज मिळायला हवे होते. या मानवी अधिकाराला ते राजकारणात सक्रिय राहूनच प्राप्त केल्या जावू शकत होते. इतक्यावरून ते समजून गेले होते की जोपर्यंत दलित राजकारणात सक्रिय असणार नाहीत तोपर्यंत त्यांना अधिकार प्राप्त होवू शकत नाहीत.

हा तो काळ होता ज्यावेळी एप्रिल १९२९ मध्ये सायमन कमीशनने भारताचा अभ्यास करूनं आपला अहवाल पूर्ण केला होता आणि तो रिपोर्ट सन् १९३० मे मध्ये प्रकाशित झाला.

त्यापूर्वी एप्रिल १९२९ च्या पूर्वीच गांधीजींच्या अध्यक्षतेखाली विदेशी वस्त्रांची होळी करणे सुरू झाले होते. त्याबद्दल गांधीजीवर खटला भरण्यात आला आणि आरोप सिद्ध झाल्यावर एक रूपया दंड देखील ठोठावण्यात आला. एकिकडे देशातील मोठ्या नेत्यांना जेलमध्ये टाकण्यात येत होते, दुसरीकडे बंगाल आणि मुंबईचे हजारो-लाखो कामगार संपावर गेले होते. देशाची परिस्थिती अंत्यत नाजूक झाली होती. ३१ ऑक्टोबर ला व्हाइसरायने यावर आपले मत व्यक्त करून स्पष्ट केले की स्वायत्त स्वराज्य भारताला देण्यात येईल. त्यासाठी गोलमेज परिषदेचे आयोजन करण्यात येईल. ज्यात सविस्तरपणे स्वायत्ता राज्याबद्दल चर्चा करण्यात येईल. त्यासाठी त्यांनी गांधीजींला चर्चेसाठी निमंत्रीत पण केले. परंतु काही उपयोग झाला नाही. दांडी आंदोलनामुळे ब्रिटिश सरकारचे पाय डगमगू लागले होते.

भारतातील लोकांची वर्तणूक पहाता ब्रिटिश सरकारने गोलमेज संमेलन बोलविण्याचा निर्णय घेतला होता. ज्यासाठी भारतीय नेत्यासोबत चर्चा केल्या जावू शकते आणि सर्व नेते मंडळी भारतासाठी संविधान तयार करू शकतील. या आशयाने तत्कालीन व्हाइसरायने इतर अनेक नेत्याप्रमाणे ६ डिसेंबर १९३० ला डॉ. आंबेडकरांना कॉन्फ्रेसमध्ये सहभागी होण्याचे निमंत्रण दिले. एका अस्पृष्य नेत्याला गोलमेज परिषदेसाठी बोलावणे म्हणजे एक अभूतपूर्व ऐतिहासिक घटना होती.

२ ऑक्टोबर, १९३० ला अस्पृष्यांच्या वतीने त्यांना शानदार पार्टी देण्यात आली. पार्टीचे अध्यक्ष डॉ. पुरूषोत्तम सोळंकी ने त्यांची प्रशंसा करताना विश्वास व्यक्त केला की त्यांच्यावर देशातील लोकांचा विश्वास आहे आणि सन्मानार्थ मानपत्र तसेच थैली भेट देत सुभेच्छा दिल्या. डॉ. आंबेडकरांनी आभार व्यक्त केरी विश्वास व्यक्त केला की ते दलित वर्गाची समस्या मांडतील आणि गरज पडल्यास हा प्रश्न ते लीग ऑफ नेशन्समध्ये मांडतील.

कॉंग्रेसने या परिषदेचा धिक्कार केला होता. तिने घोषणा दिली होती 'परिषदेला जाणे गैर आहे' परंतु डॉ. आंबेडकर ओळखून होते की दलिताचे

कल्याण करायचे असेल तर परिषदेत भाग घ्यावा लागेल नाहीतर दलितांना हक्कापासून वंचित रहावे लागेल. यावर गांधीजीचे अनुयायी त्या काळात एक घोषणा देत होते.

'कॉंग्रेस में कौन जाएगा
धेड जाएगा, चमार जाएगा'

इतक्या आक्षेपार्ह घोषणेवर टाइम्स ऑफ इंडियाला देखील या घोषणेच्या विरोधात अग्रलेख लिहायला लागला. त्यावर डॉ. आंबेडकरांनी देखील प्रतिक्रिया देताना म्हटले की, 'कॉंग्रेस वाले म्हणतात की ते जातीला विसरून केवळ मानवतेला मानतात. तर मग ही घोषणा काय आहे?' या देशातला हिंदू समाज आज देखील असे समजतो की इथे केवळ हिंदू - मुस्लिम समस्या आहे. दलितांच्या काही समस्या आहेत आणि त्या ऐकून घेण्याची देखील तयारी नाही. यामुळे भविष्यात या देशासाठी जे काही संविधान बनेल, त्यात दलिताना सुरक्षा मिळेल याची हमी असायला हवी. या देशाच्या निर्णय प्रक्रियेत त्यांना सहभागी करून घ्यायला हवे. मी दलितांच्या राजकीय शूद्रत्वाला तर दूर करीलच परंतु सोबतच शेवटचा थेंब असेपर्यंत संघर्ष करीत त्यांच्यात आत्मसन्मानाची जाणीव निर्माण करील. भविष्यात हिंदूच्या सामाजिक, राजकीय आणि आर्थिक वर्चस्वाला खपवून घेणार नाही.

गोलमेज परिषद

४ ऑक्टोबर, १९३० ला 'व्हाइसरॉय ऑफ इंडिया' नावाच्या जहाजातून डॉ. आंबेडकर लंडनला रवाना झाले. परंतु कॉंग्रेसला वाटत नव्हते की त्या नेत्यांच्या माध्यमातून जो त्यांना मान्य नाही, त्यांच्यासोबत ब्रिटिश सरकार भरताच्या समस्येबद्दल चर्चा करून उपाय शोधावेत, त्यावर सुभाषचंद्र बोस सारख्या नेत्याने देखील आक्षेप घेतला होता.

गोलमेज परिषदेला ब्रिटिश भारताचे ५३ प्रतिनिधी, संस्थानचे २० आणि ब्रिटिश दलाचे १६ प्रतिनिधी, असे मिळून ३६ प्रतिनिधी सहभागी झाले. त्यात सप्रु-जयकर सारखे अपक्ष नेते, जिन्ना-मुंजे सारखे धार्मीक नेते, सर रामास्वामी अय्यर, सर ईस्माईल मिर्झा सारखे संस्थानचे दिवाण, अनेक संस्थानचे

महाराज आणि डॉ. आंबेडकरांसहित श्रीनिवासन सारखे दलित जातीचे नेते सहभागी झाले. खिश्चन ॲग्लोइंडियन आणि शिख, सर्वांचे प्रतिनिधी सहभागी होते.

१९३० च्या पहिल्या गोलमेज परिषदेचे उद्‌घाटन इंग्लडचे सम्राट जॉर्ज पंचम यांनी केले. त्यांनी आशा व्यक्त केली की इथे निःसंशयपणे सर्व सहमतीने भारत सरकारच्या भावी स्वरूपावर विचार होवू शकेल. त्यांच्या संक्षिप्त भाषणानंतर कॉन्फरन्सचे अध्यक्ष ब्रिटिश पंतप्रधान रम्जे मॅक्डो नाल्डला निवडण्यात आले. ज्यांच्या अध्यक्षतेखाली १२ नोव्हेंबर १९३० ला गोलमेज परिषदेला सुरूवात झाली. १७ ते २१ नोव्हेंबर पर्यंत भारताच्या प्रतिनिधींची भाषणे होत राहिली. त्यात सर तेज बहादुर सप्रु, डॉ. मुंजे, जिन्ना, मुकुंदराव जयकर आणि डॉ. आंबेडकरांची भाषणे उल्लेखनीय होती.

डॉ. आंबेडकर म्हणाले, 'मी ज्या अस्पृष्य लोकांचा प्रतिनिधी म्हणून इथे उभा आहे. त्यांची संख्या हिंदुस्थानच्या एकूण लोकसंख्येच्या पाच टक्के आहे. अर्थात ब्रिटेन आणि फ्रांन्स यांच्या एकूण लोकसंख्ये इतकी आहे. अशा भारताच्या लोकसंख्येचा प्रतिनिधी म्हणून मी इथे आहे. ज्यांची आवस्था गुलामापेक्षाही कितीतरी वाईट आहे आणि घृणित आणि पशुवत जीवन जगत आहेत. गुलामांचे मालक त्यांना स्पर्श तरी करतात, परंतु त्यांना स्पर्श करणे देखील पाप समजले जाते. ते शतकापासून शोषित आहेत आणि उपेक्षित जीवन जगत आहेत. सरकारे बदलली, राज्य बदलली, परंतु दलिताचे जीवन वाइटाहून वाईट होत गेले. ब्रिटिश सरकारच्या पूर्वी अस्पृष्यतेमुळे आम्ही घृणित आवस्थेत होतो. ब्रिटिश सरकारने अस्पृष्यांची परिस्थिती सुधारण्यासाठी काय केले? पूर्वी आम्ही गावच्या विहिरीतून पाणि घेऊ शकत नव्हतो आज देखील तिच परिस्थिती आहे. काय ब्रिटिश सरकारने आम्हाला तो अधिकार दिला आहे? ब्रिटिश येण्यापूर्वी आम्ही मंदीरात जावू शकत नव्हतो आणि आजही आमच्यासाठी मंदीराचे दरवाजे बंद आहेत. मग ब्रिटिश सरकारने आम्हा अस्पृष्यासाठी काय केले? पूर्वी आम्हाला पोलिस विभागात भरती केल्या जात नव्हते. काय आता ब्रिटिश सरकार आम्हाला पोलिसात भरती करत आहे? पूर्वी पण आम्हाला सैन्यात भरती केल्या जात नव्हते. काय आता सैन्यात सेवा करण्याची आम्हाला संधी दिल्या जात आहे?

या प्रश्नापैकी एकाचेही उत्तर 'होय' असे नाही दिल्या जाऊ शकत. दिडशे वर्षाच्या ब्रिटिश राज्यात आमची परिस्थिती जशी होती तशीच आहे. अशा सरकारपासून आमचे काय कल्याण झाले असते? आज अस्पृष्यांना देखील वाटते की, [illegible] सरकारच्या ठिकाणी जनतेसाठी जनतेचे राज्य असायला पाहिजे. कामगार आणि शेतकऱ्यांचे शोषण करणारे भांडवलदार आणि जमीनदाराचे रक्षक सरकार आम्हाला नको आहे. आमचे दुःख आम्ही स्वतः दूर करू. त्यासाठी आमच्या हातात सत्तेची सूत्रे हवी आहेत. कारण की हे ते सरकार होते ज्याने भांडवलदारांची काळजी घेतली. जमीनदारांची काळजी घेतली परंतु ज्याने कामगार व दलितांसाठी काही केले नाही. ते पूर्वीच शोषीत होते आणि उपेक्षित देखील राहिले. ते सामाजिक कुप्रथा आणि अंधश्रद्धेच्या अंधारात गडप होत गेले. ब्रिटिश सरकारला वाटले असते तर त्यांनी त्यांना वाचवले असते. परंतु इंग्रज सरकारने तसे केले नाही. त्यांनी राजकीय पातळीवर ज्या सुधारणा केल्या त्याच्या तुलनेत सामाजिक आणि आर्थिक क्षेत्रात करायला हव्या होत्या. अशा परिस्थितीत कोणतेही संविधान काम नाही करू शकत. जोपर्यंत त्याला बहुसंख्य जनता स्वीकारत नाही. तो काळ गेला, ज्याकाळी केवळ हुकूम केला जायचा आणि भारत त्याला ऐकून घ्यायचा. आता ती वेळ गेली आहे आणि ती पुन्हा येणार नाही.

त्यांनी आपल्या भाषणात संपूर्ण स्वराज्याच्या मांगणीचे समर्थन केले आणि उच्च-नीचच्या भेदभावपूर्ण हिंदू समाजाच्या पद्धतीचा उल्लेख करीत म्हटले की भारतज्ञ एक अशा खास कायद्याची गरज आहे. ज्यामुळे प्रतिकुल परिस्थितीमध्ये देखील अस्पृष्य समाज आपली उन्नती करू शकेल.

डॉ. आंबेडकरांनी या वक्तव्याच्या आधी गोलमेज परिषदेच्या अल्पसंख्याक संबंधी समितीला एक पत्र पण दिले होते. ज्यात अल्पसंख्याक लोकांच्या कल्याणासाठी नव्या संविधानात जे अधिकार त्यांना देणे आवश्यक आहेत. ते खालील प्रमाणे आहेत.

१. समान मूलभूत अधिकार

२. भेदभावपूर्ण व्यवहाराच्या विरूद्ध संरक्षण

३. सामाजिक बहिष्कार करणाऱ्यांना कठोर दंडाची व्यवस्था

४. सरकारी नोकरीत त्यांना आरक्षण

५. त्यांच्या विकासासाठी स्वतंत्र विभाग

६. विधान सभेत देखील त्यांच्यासाठी स्वतंत्र आरक्षण

७. शोषण होणार नाही याकडे लक्ष

या खास मुद्यांच्या मागे त्यांचा खास उद्देश होता की संविधानात अशा प्रकारची व्यवस्था केल्याने कट्टरपंथीयांना आळा बसेल आणि ते आपल्या व्यवहार व दृष्टिकोणात बदल करतील.

खरे सांगायचे तर डॉ. आंबेडकरांच्या भाषणाने सर्वांना प्रभावीत केले होते. त्यांचे भाषण मार्मिकतापूर्ण होते आणि परिस्थितीचे तर्कपूर्ण स्पष्ट विवेचन होते. त्यांच्या भाषणाचा सारांश हा होता की त्यांच्या ईमानदारी आणि ओजस्वीपूर्ण भाषणाने त्याला ऐतिहासिक व अंत्यत प्रभावशाली बनवले होते. इंग्लडचे पंतप्रधान मॅक्डोनाल्ड ने देखील त्यांच्या भाषणाचे कौतूक केले.

भावी शासन-कायद्याच्या मूलभूत सिद्धांताची रूपरेषा ठरविण्यासाठी गोलमेज परिषदेने ९ उप-समित्या नियुक्त केल्या होत्या. ज्यामध्ये अधिकांश समित्यांने डॉ. आंबेडकरांना सदस्य म्हणून नियुक्त केले. डॉ. आंबेडकरांनी परिश्रमपूर्वक दलित जातीच्या राजकीय आरक्षण योजनेचे स्मरण-पत्र तयार करून अल्पमत उपसमितीला दाखल केले. त्यात दलित जातीसाठी स्वतंत्र निवडणूका, स्वतंत्र मतदारासंघ तसेच आरक्षित जागांची मागणी केली. तिच पुढे चालून गांधींजी आणि आंबेडकर यांच्यामधील संघार्षाचे कारण बनली.

स्मरण-पत्रात अस्पृष्यता संपवणे, अस्पृष्यांना नागरी अधिकार, नोकरीत प्रवेशाधिकार इत्यादीवर जोर देण्यात आला. त्यात असे पण म्हटले होते की दलितांना अवर्ण हिंदू किंवा प्रोंटेस्टेट हिंदू म्हणून संबोधण्यात यावे.

इतकेच नाही तर डॉ. आंबेडकरांनी विदेशी दैनिकात लेख लिहिले, पत्रकारांना मुलाखती देवून, सभेत हिंदूच्या भेदभाव व पक्षपातपूर्ण वागण्याला उघड केले. यात काही शंका नव्हती की हिंदुस्तानाप्रमाणेच विदेशातील प्रतिनिधी देखील त्यांच्यापासून प्रभावीत झाले होते. अशारितीने त्यांनी हिंदू समाजातील अस्पृष्यतेकडे संपूर्ण जगाचे लक्ष वेधून घेतले होते. या गोलमेज परिषदेत हिंदू आणि मुस्लिम तडजोड नाही होवू शकली आणि अशारितीने १९ जानेवारी,

१ ९ ३ १ ला परिषदेचे पहिले अधिवेशन समाप्त झाले. १ ३ फेब्रुवारी १ ९ ३ १ ला डॉ. आंबेडकर लंडनहून परतले आणि २ ७ फेब्रुवारी १ ९ ३ १ ला मुंबईत आले.

'आंबेडकर सेवा दल' तसेच अस्पृष्य जनतेने डॉ. आंबेडरांचे जोरदार स्वागत केले. त्यांच्या आगमनाप्रित्यर्थ महाराष्ट्र आणि भारताच्या [illegible] त्यांच्यावर कौतूकाचा प्रचंड वर्षाव केला होता. डॉ. आंबेडकरांच्या प्रयत्नांचा परिणाम असा झाला की मुंबई सरकारने पोलिस विभागात अस्पृष्यांना भरती करीत असल्याची घोषणा केली.

त्याच काळात ज्यावेळी डॉ. आंबेडकर दलित मुलांच्या वस्तिगृहाची व्यवस्था पहायला अहमदाबादला गेले, त्यावेळी काँग्रेसच्या काही लोकांनी त्यांना काळे झेंडे दाखवले.

डॉ. आंबेडकर आणि गांधीजींच्या विचारात संघर्ष

२ ६ जानेवारी, १ ९ ३ १ ला काँग्रेसचे नेते जेलमधून बाहेर आले. ५ मार्च, १ ९ ३ १ ला गांधी आयर्विन करार झाला होता. ज्यामुळे संविनय कायदा भंग आंदोलन स्थगित करण्यात आले आणि गांधीजीने दुसऱ्या गोलमेल परिषदेला हजर रहाण्याची तयारी दाखवली होती. १ ४ ऑगस्ट, १ ९ ३ १ ला डॉ. आंबेडकर मणिभवनच्या 'आंबेडकर विशेषांकात' देण्यात आला आहे.

गांधीजीने विचारले- 'आपले म्हणणे काय आहे?'

डॉ. आंबेडकर म्हणाले, 'मी आपले म्हणणे ऐकायला आलो आहे, आपणच मला बोलावलेत'

गांधीजी- "काँग्रेस आणि माझ्या संदर्भात तुमच्या खूप तक्रारी आहेत."

त्यावर डॉ. आंबेडकर शांत बसले. गांधींजी म्हणाले, "तुमचा जन्मही झाला नव्हता तेव्हापासून मी अस्पृष्यांच्या प्रश्नावर काम करीत आहे. आपल्या तक्रारी स्पष्टपणे सांगाव्यात. डॉ. आंबेडकर- "आपले हे म्हणणे बरोबर आहे की माझ्या जन्मापूर्वीपासूनच आपण अस्पृष्यांसाठी काम करीत आहात. आपण माझ्यापेक्षा वयाने मोठे आहात. परंतु अस्पृष्यता निवारणाच्या कार्याला औपचारीक मान्यता वगळता आपण आणि कॉंग्रेसने काहीही केलेले नाही. ही माझी तक्रार आहे."

'काँग्रेसने आतापर्यंत अस्पृष्यांसाठी वीस लाख रूपये खर्च केले आहेत'

'खरे आहे, पण ते सगळे पैसे पाण्यात गेलेत'

'तुम्हीच सांगा मग काँग्रसने काय करायला हवे होते'

'काँग्रेसचा सदस्य होण्यासाठी आपण खादीची अट घातली, अशीच एक अट असती, प्रत्येक काँग्रेसच्या सदस्याने आपल्या घरात दलिताच्या मुलांना ठेवावे अथवा आपल्या घरी जेवायला बोलवावे, अथवा घर कामासाठी दलित स्रीयांना ठेवावे. यापैकी एकही अट जो कोणी पूर्ण करील, त्यालाच काँग्रेस तिकीट देईल अशी अट मांडता आली असती.

डॉ. आंबेडकरांच्या बोलण्यात दम होता आणि इतकेच वास्तव आणि योग्य होते. शेवटी आक्रोशपूर्ण शब्दात त्यांनी ठणकावले, 'महात्माजी मला मातृभूमी नाही आहे'.

गांधीजीने विचारले, 'ते कसे?'

डॉ. आंबेडकर म्हणाले, ज्या देशात आम्ही कुत्र्याप्रमाणे देखील जगू शकत नाही. तिला मातृभूमी तरी कशी म्हणावी?

डॉ. आंबेडकरांच्या या शेवटच्या विधानावरून त्यांच्याबद्दल गैर समज पसरविल्या जावू लागला. त्यांना अराष्ट्रीय ठरविण्यात येऊ लागले. गांधीजींची प्रसिद्धी आणि प्रतिष्ठा इतक्या टोकाला गेला होती की त्यांना कोणी विरोध करावा हे त्यांच्या अनुयायांना सहन होत नव्हते. त्यामुळे डॉ. आंबेडकरजीबद्दल अनेक गैरसमजुती पसरविण्यात येऊ लागल्या. उद्देश होता डॉ. आंबेडकरांची जास्तीत जास्त बदनामी करणे. या पहिल्याच भेटीने हे स्पष्ट केले की गांधीजी आणि डॉ. आंबेडकरांच्या विचारात किती फरक आहे.

दुसरी गोलमेज परिषद

दुसऱ्या गोलमेज परिषदेची घोषणा करण्यात आली होती. या परिषदेला तेजबहादुर सप्रु, डॉ. आंबेडकर, गांधीजी, मालवीय, रामस्वामी, सरोजिनी नायडू, जिन्ना, मिर्झा ईस्माइल, शास्त्री आदी नेत्यांना निमंत्रीत करण्यात आले होते.

डॉ. आंबेडकरांना दुसऱ्यांदा निमंत्रीत करणे खरोखरच देशासाठी गौरवास्पद गोष्ट होती. पहिल्या परिषदेत त्यांनी निर्भीड, आत्मस्वाभीमानी व राष्ट्रभक्त म्हणून आपली ओळख निर्माण केली होती. त्यावेळी त्यांचे व्यक्तिमत्त्व जे उठून

दिसले होते ते एक क्रांतीकारी होते. ज्यांनी स्पष्ट शब्दात ब्रिटिश राज्यावर आरोप केले होते. त्यावेळी ते फेडरल स्ट्रेचर कमिटीसाठी निवडण्यात आले होते. म्हणून त्यांची उपस्थिती अपरिहार्य होती.

१५ ऑगस्ट, १९३१ ला डॉ. आंबेडकर दुसऱ्या गोलमेज परिषदेत भाग घेण्यासाठी निघाले. २९ ऑगस्टला ते लंडनला पोहोचले. परंतु तिथे पोहोचताच त्यांना एन्फ्ल्युएंझा झाल्याने आजारी पडले.

इकडे गांधीजी, जवाहरलाल नेहरू, बल्लभाई पटेल इत्यादीने भरतातून लंडनसाठी डॉ. आंबेडकरांना निरोप देताना स्टीमर वर पुन्हा गांधीजींच्या विचारांची चर्चा केली होती. ते शिमल्यात व्हाइसरायला भेटले. त्यांना भेटल्यानंतर गांधीजी तात्काळ गोलमेज परिषदेत भाग घेण्यासाठी लंडनला रवाना झाले. ते १२ सप्टेंबर, १९३१ ला लंडनला पोहोचले.

७ सप्टेबर, १९३१ ला दुसरी गोलमेज परिषद सुरू झाली. १५ सप्टेबरला गांधींजीने संघयोजना समितीत आपल्या भाषणामधून कॉंग्रेसला देशाची सर्वात शक्तीमान शक्ती तसेच सर्वांच्या हिताचे प्रतिनिधीत्व करणारी म्हणून सांगितले. त्यांनी तिला दलित वर्गाचे प्रतिनिधीत्व करणारी संस्था म्हणून सिद्ध करत सांगितले की ती एक खास संस्था आहे जी मुस्लिमांचे पण प्रतिनिधीत्व करते.

डॉ. आंबेडकरांनी देखील आपले भाषण त्याच दिवशी फेडरल स्ट्रेचर कमिटिसमोर देताना म्हटले की फेडरल स्ट्रेचर कमिटिने डोळे बंद करून स्टेटसला ते देवू नये. जे त्याना हवे आहे आपल्या ठाम मतावर रहात ते म्हणाले की- स्टेटस् प्रतिनिधी जे फेडरल असेम्बलीसाठी पाठवायची आहेत, त्यांची निवड निवडणूकी मार्फत करायला हवी. नॉमिनेशनद्वारा नाही, कारण की ही नॉमिनेशन प्रक्रिया कार्यपालिकेला जबाबदार असते. पुढे त्यांनी जमीनदारांना विशेष प्रतिनिधीत्व देण्याला विरोध करीत म्हटले की ते रूढीवादाचे वाहक आहेत, त्यांच्यामुळे स्वातंत्र्य आणि प्रगती दोघांचेही नुकसान होत आहे.

इथे डॉ. आंबेडकर देखील गांधीजींच्या नजरेत क्रांतीकारी आणि उग्र नेते म्हणून पुढे आले.

दुसऱ्या दिवशी गांधीजीने पुन्हा आपल्या विचाराला परिषदेत मांडले. त्यांनी सांगितले की कॉंग्रेसला अस्पृष्यांचे हित तितकेच प्रिय आहे जितके की

भारतात राहतात त्यांच्याप्रमाणे. सोबतच ते म्हणाल की, आम्हाला ते अधिकार नाहीत आम्ही स्टेटसूला सांगावेत किंवा ही अपेक्षा ठेवावी की त्यांनी काय करायला हवे आणि काय नाही.

अल्पसंख्याक कमिटीची बैठक २८ सप्टेंबर, सन १९३१ ला पहिल्यांदा सुरू झाली. त्याअंर्गत हिंदू आणि मुसलमान नेत्यात असा प्रयत्न चालला की त्या दोघात तडजोड व्हावी. डॉ. आंबेडकर जे काही बोलले ते स्पष्ट शब्दात बोलले. त्यामुळे चेअरमन मॅक्डोनाल्ड देखील म्हणाले की डॉ. आंबेडकर त्यांचे मत स्पष्ट मांडून बसले आहेत. त्यांच्यासंदर्भात कोणालाही कसलेही शंका राहिलेली नाही.

त्यानंतर देखील परिषदेत सतत अनेक प्रश्नांवर चर्चा-विवाद होत राहिले. गांधीजी अनेक मुद्यांवर डॉ. आंबेडकरांच्या मताशी सहमत असल्याचे दिसले. परंतु ठाम राहिले नाहीत. त्यावर डॉ. आंबेडकर जाहीरपणे म्हणाले की काँग्रेस दलित वर्गासाठी जे काही करण्याचा, म्हणजे त्यांचे प्रतिनिधीत्त्व करण्याचा दावा करीत आहे, तितके त्यांना संधी मिळाल्यावर ते एकटे किंवा त्यांच्या सहकार्यानी मिळून करू शकतात. इतकेच नाही तर त्यांनी त्या संदस्यांना देखील खरे-खोटे सुनावले. जे आपल्या 'कम्युनिटींचे' सम्यक प्रतिनिधीत्त्व न करता केवळ सरकारद्धारा निवडल्यामुळे चुकीचे निर्णय घेत होते. त्यांनी आरोप लावला की काँग्रेसचे संपूर्ण लक्ष केवळ सत्तेच्या हस्तांतराकडे आहे. याकडे नावड दाखवत म्हणाले की ब्रिटिश सरकार जर सत्तेचे हस्तांतरण करणार असेल तर ते अशा पद्धतीने करावे ज्यामुळे सत्तेचे हस्तांतरण कोण्या एका पक्षाकडे पुसूर्द करू नये. तर अशा पद्धतीने करायला हवे की प्रत्येक समूहाला योग्य प्रमाणात वाटा मिळावा.

या सर्व गोष्टीचा परिणाम असा झाला की गांधीजींच्या नजरेत डॉ. आंबेडकर एक प्रतिस्पर्धी म्हणून किंवा शत्रू म्हणून उदयास आले होते.

तिकडे ब्रिटिश सरकार 'फोडा आिा राज्य करा' या धोरणानुसार भारतात फूड पाण्याचा प्रयत्न करीत होती, ज्यामुळे मुस्लिमांना प्रतिनिधीत्व देण्यात आले होते आणि आता अस्पृष्यांना देण्यात येत होते. डॉ. आंबेडकरांची ही एक उल्लेखनीय कामगिरी होती.

डॉ. आंबेडकरांच्या स्वतंत्र मतदरसंघाच्या मागणीने राष्ट्र तसेच हिंदू समाजात फूट पडेल, असे गांधीजीला वाटत होते. दोघेही आपल्या-आपल्या

विचारावर ठाम होते. म्हणून दोघांत एक प्रकारची कटूता पण वाढीस लागली होती. वास्तव तर हे होते की दोघेही महान देशभक्त आणि महान सुधारक होते आणि आपल्याच विचारावर ठाम होते. हेच कारण होते की सरोजनी नायडूच्या घरी भेट घडवून आणल्यावर देखील दोघांमध्ये काही तडजोडी होवू शकल्या नाहीत.

एकिकडे गांधी-मुस्लिम तडजोड होवू शकली नव्हती. त्यात आणखी एक अट अशी होती की मुसलमान आणि शिख दोन्ही शिवाय आणखी कोण्या जातीला वेगळे प्रतिनिधीत्व दिल्या जावू नये. या तडजोडीवर चर्चा होवू लागली होती तितक्यात डॉ. आंबेडरांनी स्पष्टपणे सांगितले होते की जी काही तडजोड करायची असेल, ती करा परंतु आम्ही आमच्या अधिकारात हस्तक्षेप सहन करणार नाहीत.

अशाप्रकारे कसलीही तडजोड न झाल्याने परिषदेच्या अध्यक्षाने प्रतिनिधींना सांगितले की आपल्यापैकी प्रत्येक कमिटीचा सदस्य जातीय समस्या सोडविण्यासाठी आणि त्याच्याशी स्वतःला बांधील ठेवण्यासाठी माझ्याकडे विनंती अर्ज पाठवतील? त्यांच्या दृष्टिने हा एक चांगला प्रस्ताव होता.

डॉ. पट्टाभि सीतारमय्याने 'कॉंग्रेसचा इतिहास' सांगितला आहे की 'गोलमेज परिषदेच्या सर्व सदस्यांनी अशा प्रकारे विनंती अर्जावर हस्ताक्षर केले नाहीत'

असे असताना डॉ. आंबेडकरांनी आपल्या 'व्हॉट कॉंग्रेस अँड गांधी हॅव डन टू द अनटचेबल्स' नावाचा ग्रंथात लिहिले आहे की या अर्जावर गांधीजीने हस्ताक्षर केले होते, परंतु त्यांनी नाही.

अशाप्रकारे आपल्या जातीय निर्णयाचा अधिकार सर्व सदस्य व पंतप्रधान परिषदेच्या अध्यक्षाकडे सोपवून परतले. ही परिषद १ डिसेंबर १९३१ ला समाप्त झाली.

दुसऱ्या गोलमेजच्या दरम्यान भारतातील प्रतिक्रिया

दुसऱ्या गोलमेजच्या परिणामाच्या संदर्भात डॉ. आंबेडकरांनी 'टाइम्स ऑफ इंडिया' च्या नावाने एक पत्र लिहून हे स्पष्ट केले की गांधींजी दलित वर्गाचे मित्र म्हणून भूमिका नाही करू लागले आणि एका ईमानदार शत्रूची पण

नाही.त्यांनी हे पण स्पष्ट केले की गोलमेज परिषदेची परिस्थिती पहाता काही फायदा होणार नाही असे दिसते आहे. ज्याची जबाबदारी ते गांधीजीवर टाकत होते. त्यांच्या मते गांधीजी एका जातीला दुसऱ्या जातीच्या विरोधात लढवत आहेत, जे की लोकशाहीसाठी हे ठीक नाही.

तिकडे अखिल भारतीय दलित वर्गाच्या परिषदेत गांधीजीचे चुकीचे पद्धतीने प्रतिनिधीत्त्व करण्याच्या संदर्भात परिषदेने निर्णय घेतला की, दलित वर्ग अशा संविधानाचा स्वीकार कधीही करणार नाही. त्यात त्यांच्या निवडणूकीसाठी स्वतंत्रपणे पद्धत लागू करण्याची व्यवस्था होणार नाही. देशाच्या कानाकोपऱ्यात या संदर्भात बैठका घेण्यात आल्या, गांधीजी आणि कॉंग्रेसच्या नेतृत्वाला अस्वीकृत करण्यात आले.

या संदर्भात जागोजागी मोर्चे काढण्यात आले. त्यावेळी दलितांमध्ये एक नवीन उत्साह आला होता. गांधीजींच्या या भूमिकेबद्दल त्यांची प्रतिमा थोडी मलिन झाली होती. अस्पृष्यांनी पुन्हा तोच सत्याग्रह सुरू केला, जो काळाराम मंदीर प्रवेशासाठी होता. या संदर्भात डॉ. आंबेडकरांकडे कमिशन सेंट्रल डिव्हिजनकडून पत्र मिळाले. त्यात अशी विनंती करण्यात आली होती की, आपल्या लोकांना नासिक सत्याग्रह न करण्यासाठी सल्ला दिला. परिणामी, नासिक सत्याग्रह पूर्ण जोशाने व उत्साहाने अधिकाच तीव्र होत गेला.

लंडनमध्ये ऑक्टोंबरच्या शेवटी 'टोरीज' सत्तेवर आले होते. डॉ. आंबेडकरांनी आपले सर्व कार्यक्रम जो नियोजनबद्धरित्या तयार केला होता. त्यांच्यासमोर मांडला. डॉ. आंबेडकरांनी स्पष्ट केले की, ही जी समस्या आज विक्राळ रूप धारण करू लागली आहे, पूर्वीच सुटली असती, जर काही दलितांनी गांधीजींना समर्थन दिले नसते, जे केवळ विशेष निवडणूक पद्धतीला विरोध करीत आहेत. परंतु दलित वर्गासाठी प्रतिनिधीत्वाचा देखील विरोध करीत आहे. डॉ. आंबेडकरांनी जेथे कोठे दलितांची बाजू घेतली ती इतक्या प्रभावीपणे मांडली की, ते दलितांचे सच्चे नेते म्हणून समोर आले.

हेच कारण होते ज्यावेळी गांधीजी भारतात परत आले होते. त्यांना अस्पृष्य वर्गाच्या हजारो स्त्री-पुरूषांनी काळे झेंडे दाखवले होते, ज्यामुळे कॉंग्रेस कार्यकर्ते आणि विरोधकात जोरदार संघर्ष पेटला. खूप लाठी चार्ज झाला, इतका की ईट-पत्थरसोबत सोडा-वॉटरच्या बॉटल्स देखील फेकण्यात आल्या.

गांधीजींचे उपोषण व पुणे करार

गांधीजी २८ डिसेंबर, १९३१ ला कसलीही विशेष कामगिरी न करता परत आले होते. जनतेने त्यांचे शानदार स्वागत केले होते. त्याचवेळी दलित काळे झेंडे दाखवून आपला विरोध स्वक्त करीत होते. इतकेच नाही तर इंग्लडवरून परत आल्यानंतर ब्रिटिश शासनाने गांधीजींना पुण्याच्या येरवडा तुरूंगात टाकले होते.

डॉ. आंबेडकर ५ डिसेंबर, १९३१ ला लंडनवरून अमेरिकेला गेले आणि तेथून लंडनला जावून २९ जानेवारी १९३२ ला मुंबईत आले. त्यांचे जोरदार स्वागत करण्यात आले. आणि मौलाना शौकत अलीसोबत त्यांची मिरवणूक काढण्यात आली अनेक संस्थानी डॉ. आंबेडकरांना मान-पत्र प्रदान केले. तशात सेंट्रल असेम्बलीचे दोन दलित प्रतिनिधी डॉ. मुंजे आणि एम.सी. राजाने मिळून संयुक्त निवडणूक तसेच आरक्षित जागा या आधारावर एक तडजोड केली, जी की आंबेडकरांना नामंजूर होती. असे असताना मद्रासमध्ये दक्षिण दलित जातीच्या संस्थाने डॉ. आंबेडकरांचे स्वागत करून दलित जातीचे स्वतंत्र प्रतिनिधीत्वाचे समर्थन केले.

७ मे, १९३२ ला डॉ. आंबेडरांच्या अध्यक्षतेखाली अखिल भारतीय दलित जाती काँग्रेसचे अधिवेशन झाले. मुंजे आणि राजाचा एक समर्थक अस्पृष्य नेता पी.एन. राजभोजने येऊन परिषदेत आपले विचार मांडण्याचा विचार केला. ज्यामुळे चिडलेल्या काही लोकांनी त्यांना मारहाण करायला सुरूवात केली. ते जखमी झाले आणि त्यांना दवाखाण्यात दाखल करावे लागले. या परिषदेतून राजा -मुंजे कराराचा निषेध करण्यात आला आणि अशा प्रकारे दलितांच्या स्वतंत्र प्रतिनिधीत्वाचे समर्थन करण्यात आले. यावर डॉ. आंबेडकर म्हणाले की ते दलितांच्या न्यायोचित कार्यापासून रेषभरही मागे हटणार नव्हते.,

२६ मे, १९३२ ला डॉ. आंबेडकर लंडनला गेले आणि कॅबिनेटच्या सर्व महत्त्वपूर्ण व्यक्तिंना भेटून दलिताना स्वतंत्र प्रतिनिधीत्त्व देण्याबद्दल चर्चा केली आणि इच्छा व्यक्त केली की त्यांनी या प्रकरणावर जोर द्यावा. त्यानंतर ते १७ ऑगस्टला मुंबईला निघून आले.

त्यावर जेलमध्ये असलेल्या गांधीजीने तेथूनच जाहीर केले की दलितांना

जर स्वतंत्र मतदारसंघ दिले तर ते अमरण उपोषणाला बसतील. गांधीजींच्या या घोषणेमुळे संपूर्ण देशात एक प्रकारची खळबळ माजवली.

२० ऑगस्ट, १९३२ ला पंतप्रधानांचा 'जातीधारीत निर्णय' मंजूर झाला. त्यात दलित जातीला स्वतंत्र मतदारसंघाचा अधिकार मिळाला होता आणि इतर मतदार संघात देखील मत देणे आणि प्रतिनिधीत्व करण्याचा अधिकार देखील देण्यात आला. दलितांचा हा फार मोठा विजय होता. या विजयाचे श्रेय डॉ. आंबेडकरांना जात होते.

या हल्ल्याने जखमी झालेल्या गांधीजीने जेलमधूनच ब्रिटिश पंतप्रधानाला ईशारा केला की २० सप्टेबर, १९३२ ला ते अस्पृष्यांना स्वतंत्र मतदार संघ देण्याच्या विरोधात अमरण उपोषणाला बसतील. त्यामुळे क्षुब्ध झालेल्या डॉ. आंबेडकरांना असे म्हणावे लागले की गांधीजींची ही घोषणा दलितांच्या हिताच्या विरोधात आहे. त्यांनी हे वक्तव्य देत हे तर्कपूर्ण सिद्ध केले की दलितांच्या स्वतंत्र मतदारसंघाचा अर्थ दलिताचे हिंदू समाजापासून दूर जाणे किंवा वेगळे होणे नाही आहे.

शेवटी ठरलेल्या वेळी गांधीजीचे उपोषण सुरू झाले. गांधीजींचे प्राण वाचविण्यासाठी नेत्यांना धावपळ करावी लागली. उपोषणाच्या एक दिवस आधी काही नेत्यांने गांधीजीची भेट घेतली ज्यात पंडित मदनमोहन मालवीय, सर चिमनलाल सेटलवाड, डॉ. सोळंकी, डॉ. राजेंद्र प्रसाद, अणे आणि डॉ. आंबेडकरांसारखे नेते सहभागी होते.

डॉ. आंबेडकर कसल्याही दबावाला बळी न पडता म्हणाले की, 'अशाप्रकारे मी खलनायक होणे माझ्या वाट्याला आहे, परंतु मला जे काही करायचे आहे ते करणारच. मी माझ्या समाजाच्या न्यायोचित हितासाठी विश्वासघात करणार नाही, मग मला त्यासाठी कोणी फासावर दिले तरी चालेल'.

गांधी-आंबेडकर दोघेही आपल्या मतावरून मागे हटायला तयार नव्हते. देशभर तणावाची स्थिती उत्पन्न झाली होती. सामान्य लोकांना वाटत होते की डॉ. आंबेडकरांमुळे गांधीजींला उपोषणाला बसायला भाग पडले आहे, ज्यामुळे डॉ. आंबेडकरांच्या विरूद्ध सामान्य लोकांच्या मनात नकारात्मक प्रतिमा तयार झाली. तिकडे उपोषणामुळे गांधीजीची तबियत ढासाळत चालली होती.

शेवटी साधक-बाधक विचार करून सप्रु आणि राजगोपालचार्यसारख्या

राजकीय तज्ज्ञानी यावर अनेक उपाय सुचवले. डॉ. आंबेडकर या दरम्यान दोन वेळा गांधीजींना भेटायला जेलमध्ये गेले होते, शेवटी एका उपायावर गांधीजीने देखील सहमती दर्शवली आणि डॉ. आंबेडरांना देखील स्वीकारायला भाग पाडले, अशाप्रकारे २४ सप्टेंबर, १९३२ ला येरवडा करार अर्थात पुणे करारावर दोन्ही नेत्यांनी हस्ताक्षर केले. ब्रिटिश कॅबिनेटने पुणे कराराचा स्वीकार केला. तेव्हा कुठे २६ सप्टेबरला गांधीजीचे उपोषण संपले.

पुणे कराराप्रमाणे दलित जातींने स्वतंत्र मतदारसंघाचा अधिकार त्यागला आणि संयुक्त मतदारसंघाचा स्वीकार केला. एका सरकारी निर्णयाप्रमाणे त्यात आम हिंदूना जितक्या जागा दिल्या होत्या. त्यापैकी १४८ जागा पुणे कराराप्रमाणे दलित समाजाला देण्यात आल्या, 'जातीय निर्णया' नुसार त्यांना ७१ जागा देण्यात आल्या. याचा आधार हा होता की पुणे-कराराप्रमाणे दलितांना जवळ-जवळ दोनपट जागा संयुक्त मतदारसंघाच्या आधारावर देण्यात आली हे पण ठरले की प्रत्येक सुरक्षित आरक्षित जागेसाठी दलित समाज चार जागा निवडतील आणि साधारण मतदारसंघात त्यापैकी एक निवडल्या जाईल.

२५ सप्टेंबरला, १९३२ एक सभा आयोजित करण्यात आली. ज्याचे सभापती पं. मालवीयजी होते. ही सभा पुणे करारावर हस्ताक्षर केल्यानंतर मुंबईत ठेवण्यात आली. या सभेने एक प्रस्ताव पास केला की 'ही परिषद निश्चय करते की आता भविष्यात हिंदू जातीत कोणाला जन्मजात अस्पृष्य समजणार नाही आणि ज्यांना आतापर्यंत अस्पृष्य समजण्यात आले. त्यांना इतर हिंदूप्रमाणेच विहीर, शाळा आणि रस्ते इतर सर्वाजनीक ठिकाणी वावरण्याचा अधिकार असेल. योग्यवेळी या अधिकाराला कायद्याचे स्वरूप देण्यात येईल आणि जर अशा प्रकारचे स्वरूप स्वराज्य पार्लियामेंट होण्यापूर्वीच प्राप्त झाले नाही, तर स्वराज्य पार्लियामेंटचा पहिला कायदा या संदर्भात होईल.'

हे पण ठरविण्यात आले की सर्व हिंदू नेत्याचे कर्तव्य असेल की जुन्या प्रथेप्रमाणे अस्पृष्य ठरविण्यात आलेले हिंदूवर मंदीर-प्रवेश आदीच्या संदर्भात जी सामाजिक बंधन लादण्यात आली आहेत. त्याला ते सर्व वैध तसेच शांतीपूर्ण उपायाद्वारे दूर करण्याचा प्रयत्न करतील'

असा प्रस्ताव पास झाल्याने भारतात अस्पृष्य निर्मूलनासाठी वातावरण तयार होवू लागले. अनेक मंदीराचे दरवाजे अस्पृष्यांसाठी उघडण्यात आले. इतर

अनेक सार्वजनीक ठिकाणी जी बंधने लादली होती, त्यात पण मोकळेपणा आला. या दृष्टिने पाहिल्यास गांधीजीचे उपोषण यशस्वी ठरले.

या उपोषणाच्या यशाचा मापदंड असाही होता का अस्पृष्यता संपविण्यासाठी कार्यकर्त्यांची संख्या दिवसेंदिसव वाढत चालली होती. त्यांच्यात नैतीकता वाढीस लागावी म्हणून गांधीजीने ८ मे, १९३३ ला आत्मशुद्धीसाठी २१ दिवसाच्या उपोषणाला सुरूवात केली. जेल अधिकाऱ्यांनी देखील ८ मे, १९३३ या दिवशीच त्यांना जेलमधून मुक्त केले. परंतु त्यांच्यावर बंधने टाकण्यात आली की ते राजकीय चळवळीत भाग घेणार नाहीत. त्यामुळे त्यांनी या वेळेचा उपयोग अस्पृष्यांसाठी कार्य करण्यासाठी करण्याचा निर्णय घेतला.

त्यांनी त्यासाठी देशभरच्या दौऱ्याला सप्टेंबर १९३३ पासून केला. जवळ-जवळ १० महिन्याचा कालावधी त्यांनी भारताच्या जास्तीत जास्त भागाचा दौरा करण्यात घालवला. या दरम्यान त्यांना या पवित्र कार्यासाठी अंदाजे आठ लाख रूपायाची मदत पण मिळाली. अशाप्रकारे आपण म्हणू शकतो की डॉ. आंबेडकरांच्या स्वतंत्र मतदारसंघाच्या मागणीमुळे गांधीजीला उपोषण करावे लागले. त्यांनी आपले उपोषण संपवावे म्हणून दृढ निश्चयी डॉ. आंबेडकरांना देखील आपला हट्टीपणा सोडून थोडी नरम भूमिका घेवून गांधीजीना उपोषण सोडायला लावले. ज्यामुळे गांधीजींला देखील खूप मोठे करण्याची संधी मिळाली. सांगावे लागू नये की या पवित्र कार्यासाठी दोन्ही नेत्यांना देखील समान दर्जा देण्यात येऊ शकतो.

हरिजन सेवक संघाची स्थापना

मुंबईत कॉंग्रेस नेत्याने ज्या अस्पृष्य-निर्मुलनाचा प्रस्ताव २५ सप्टेंबर, १९३२ ला पास केला होता. त्याच कारणाने 'अस्पृष्यता-निवारण संघाची स्थापना केली. याच संस्थेचे नाव पुढे चालून 'हरिजन सेवा संघ ठेवण्यात आले. या संघाचे अध्यक्ष सेठ धनशामदास बिरला आणि मंत्री अमृतलाल ठक्कर नियुक्त करण्यात आले. या संघाच्या सेंट्रल बोर्डात आठ सदस्य होते. त्यात तीन दलित होते, ते होते डॉ. आंबेडकर, रावबहादुर श्रीनिवासन आणि एम.सी. राजा.

'हरिजन सेवक संघा' चे अध्यक्ष तसेच मंत्री श्री बिरला आणि श्री ठक्कर यांनी सनातन्यांना खूश करण्यासाठी ३ नोव्हेंबर, १९३२ एक

संयुक्त विधान केले आणि सांगितले की, सवर्ण हिंदू अस्पृष्यता निर्मुलनाच्या विरोधात नसून रोटी-बेटी व्यवहाराच्या विरोधी आहेत. त्यामुळे स्पष्ट करणे गरजेचे होते की संघाच्याकार्यात अस्पृष्यांची आर्थिक, सामाजिक व शैक्षणिक उन्नतीसाठी आवश्यक मार्ग शोधले जातील. त्यामुळे कट्टर सनातनी देखील नरम होतील आणि त्यांची सहानुभुती अस्पृष्यांना मिळेल. वास्तवात गांधीने लवचीक धोरण स्वीकारले होते, ज्यामुळे सनातनी भडकणार नाहीत आणि अस्पृष्य देखील समाधानी राहू शकतील.

हरिजन सेवक संघातून डॉ. आंबेडकर बाहेर

७ नोव्हेंबर, १९३२ ला डॉ. आंबेडकर तिसऱ्या गोलमेज परिषदेसाठी लंडनला गेले. प्रवासादरम्यान त्यांनी 'हरिजन सेवक संघाचे अध्यक्ष श्री ठक्कर यांना पत्र पाठविले. ज्यात अस्पृष्यता निर्मुलनाच्या संदर्भात एक क्रांतीकारी कार्यक्रमाची रूपरेषा लिहून पाठविली. त्यांनी मनापासून विनंती केली की संघाने या नियमाची कार्यक्रमात अमलबजावणी करावी. त्यात पुढीलप्रमाणे लिहिले होते - अस्पृष्यांचा जीवनस्तर उंचावणे, त्यांना नागरी अधिकार देणे, त्यांना आवश्यक साहित्य उपलब्ध करून देणे आदी गोष्टीसाठी ते म्हणाले की संघाला आवश्यक ती पाऊले उचलावी लागतील. नाहीतर हिंदूच्या दृष्टिकोणात परिवर्तन येणार नाही'.

संघाने डॉ. आंबेडकरांच्या सूचनेकडे लक्ष दिले नाही. टाळाटाळ केल्या जात होती, ज्यामुळे डॉ. आंबेडकर लवकरच संघाच्या बाहेर पडले. ते बाहेर पडल्यावर आणखी दोन सदस्य देखील बाहेर पडले.

रमाईचे निधन

डॉ. आंबेडकर अनेक वर्षापासून परिस्थितीसोबत संघर्ष करीत होते. आराम काय असतो, त्यांना माहीत नव्हतं. मे १९३४ मध्ये ते कोल्हापुरजवळ असणाऱ्या पन्हाळगडावर विश्रांतीसाठी गेले. याच काळात त्यांनी मुंबईतील विधी महाविद्यालयात प्राध्यापकाची नोकरी स्वीकारली होती. अनेक वर्षापासून त्यांच्या मनात एक कल्पना डोकावत होती की स्वतःचे घर असावे. शेवटी मुंबईच्या दादर उपनगरात त्यांनी एक घर बांधले. त्याला 'राजगृह' असे नाव ठेवण्यात आले.

तशातच रमाईची तबियत खालावत चालली होती. अनेक दिवसापासून डॉ. बाबासाहेबांना रमाईकडे लक्ष देता येत नव्हते.

रमाईची तबियत लक्षात घेता ते धारवडला गेले. तिथे रमाईच्या तबियतमध्ये काहीही फरक पडला नाही. सहा - महिन्याच्या आजारपणानंतर त्या बाबासाहेबांना कायमच्या सोडून गेल्या. त्यांच्या जाण्याने बाबासाहेबांच्या एकटेपणात अधिकच भर पडली.

धर्मांतराची घोषणा

रमाईच्या निधनानंतर काही दिवसानंतरच मुंबई सरकारने डॉ. आंबेडकरांना लॉ कॉलेजचे प्रिन्सिपल बनवले. या काळात त्यांचा कल बौद्ध धम्माकडे चालला होता. त्यांचे स्पष्ट मत होते की जोपर्यंत जातीयवाद दूर होत नाही तोपर्यंत दलित समाजाचा कोणताही फायदा होणार नाही.

ते हिंदू समाजात अस्पृष्य जातीत जन्मले होते, स्वतःला हिंदूच म्हणवून घेत होते, परंतु हिंदू समाजातील उच्च वर्गीय लोकांनी त्यांना 'देशद्रोही, राष्ट्रद्रोही' सारख्या उपाध्या बहाल केल्या होत्या. त्यामुळे ते व्यथित देखील झाले होते.

त्याच काळात येवला जिल्हा नासिकात दलित समाजाची एक व्यापक सभा आयोजित केली होती. हजारोंच्या संख्येने तिथे समाज जमा झाला होता. त्याच सभेत त्यांनी हिंदू धर्मातून बाहेर पडण्याचा मनोदय व्यक्त केला. त्यांनी दलिताच्या सभेत दलितांना उद्देशून म्हटले, दुर्दैवाने जे लोक हिंदू धर्मात जन्मले, त्याच धर्मात राहू इच्छितो. आमची इच्छा होती की हिंदू समाजात आम्हाला देखील मानवाला असणारे अधिकार मिळावेत. परंतु ते अधिकार प्राप्त करण्यासाठीचे माझे सर्व प्रयत्न निरर्थक ठरत असल्याचे दिसले आहे. या सत्याग्रहात आपले श्रम, धन आणि वेळ सगळेच निरर्थक वाया गेले. धर्मांतर करण्याशिवाय आपल्या समोर तरी पर्याय दिसत नाही. धर्म-परिवर्तन करूनच आपण आपल्या लोकांचा उद्धार करू शकतो.

डॉ. आंबेडकरांनी धर्मांतराचा हा निर्णय काही अचानक घेतलेला नव्हता किंवा क्षणीकही नव्हता. हा अनेक वर्षापासून हिंदू धर्मात आणि त्यांच्या सारख्या अस्पृष्यांना असमानता आणि अपमानाच्या भावनांचा दंश होता. ज्याला सहन

करून ते तत्कालीन परिस्थितीसमोर पराभूत झाले होते. त्यांची खात्री पटली होती की हिंदू धर्म इतका पत्थर दिल आहे की त्याला कधीच आपल्या अस्पृष्य बांधवाची दया येणार नाही. आपल्या सामाजिक सुधारणेसाठीच ते धर्मांतराचा विचार करू लागले होते.

याच सभेतील भाषणाच्या शेवटी ते म्हणाले की, 'माझा जन्म अस्पृष्य म्हणून झाला, यात माझा काही दोष नव्हता, कारण हे कोणाच्या हातात नसते. परंतु हे माझ्या हातात आहे की मी कोणत्या धर्मात मरावं. म्हणून मी खात्रीनं सांगतो की मी हिंदू म्हणून मरणार नाही'

डॉ. आंबेडकरांच्या या घोषणाने भारतीय समाजात राजकीय आणि धार्मीक क्षेत्रात प्रचंड खळबळ माजली. गांधीजी आणि सावरकरांसारख्या नेत्याने दुःख व्यक्त केले. त्यापलिकडे त्यांच्या हातात काही नव्हते की ते वैयक्ति स्वरूपात काही करू शकतील.

मुस्लिम, शिख, ख्रिश्चन आणि बौद्ध धर्माचे प्रतिनिधीने डॉ. आंबेडकरांना आपल्या-आपल्या धर्मात येण्याचे आग्रहपूर्वक निमंत्रण दिले. डॉ. आंबेडकर इतके विद्वान आणि तार्किक विश्लेषण शक्ती असणारे व्यक्ती होते की त्यांचा सर्व धर्माचा अभ्यास दांडगा होता. त्यांना माहीत होते की दुसऱ्या धर्मात देखील जातीय भेदभावाची लक्षणं होती की त्या लक्षणापैकी समस्या केवळ परिस्थिती होती की जी एक स्वभावीक लक्षण दोष असू शकतो परंतु हिंदू धर्मात अगदी त्याच्या उलट आहे. इथे परिस्थितीपेक्षा जास्त जोर तर धार्मिक विडंबना हा होता. म्हणजे हिंदू धर्मात धर्मच सर्व काही होतं.

डॉ. आंबेडकर हिंदू धर्माला इतके वैतागले होते की एकदा महाराष्ट्र अस्पृष्य युवक परिषदेत जिचे अध्यक्ष प्रो. एन. शिवराज होते; त्या सभेत डॉ. आंबेडकर म्हणाले, 'अगदी साक्षात ईश्वर जरी आला आणि म्हणाला की हिंदू धर्म सोडू नकोस, तर मी त्याचेही ऐकणार नाही'.

अशी दृढ प्रतिज्ञा करणारे डॉ. बाबासाहेब त्यांच्यात दृढतेची भावना ठासून भरलेली होती. असेच एकदा लाहोरच्या जात-पात तोडक मंडळाच्या आग्रहावरून त्यांनी अध्यक्ष होणे स्वीकारले ज्याचे वार्षिक अधिवेशन लाहोरात होणार होते. त्यासाठी डॉ. आंबेडकरांनी जे भाषण तयार केले होते, त्याचा काही भाग आक्षेपार्ह वाटल्याने मंडळाच्या सदस्यांनी डॉ. आंबेडकरांना नम्र

विनंती केली की भाषणातील अक्षेपार्ह मजकूर वगळण्यात यावा. परंतु त्यांनी तसे करायला नकार दिला. त्याचा परिणाम असा झाला की अधिवेशनच रद्द करण्यात आले.

नंतर, तेच भाषण 'जात-निर्मूलन' या नावाने प्रकाशित झाले. हे भाषण अथवा लेख वर्णभेद तसेच जातीभेदावर एक योग्य अशी टिप्पणी होती, ज्यात विविध प्रकारचा युक्तीवाद करून वर्णभेद तसेच जातीभेदाचे खंडन करून दाखवले होते.

याच भाषणात ते म्हणतात, 'वर्णभेदाने सार्वजनीक भाषणांना मारून टाकले आहे. वर्णभेदाने सद्गुणाला जाती-पातीच्या खाली दडपून टाकले आहे आणि सदाचाराला जाती-पातीत बंदिस्त केले आहे'

अशा प्रकारे शुद्धी आणि संघटनेच्या विषयावर लिहिले आहे- 'वर्णभेदाने हिंदू धर्माचा प्रसार होणे आणि इतर धर्माच्या लोकांना आपल्यात समावून घेण्यात अडथळा ठरला आहे. जोपर्यंत जातीयवाद असेल, हिंदू धर्म-प्रचारक धर्म होवू शकणार नाही. आणि 'शुद्धी' आंदोलन एक मूर्खपणा आणि व्यर्थ प्रयत्न इतकाच राहिल. ते पुढे लिहितात, 'जोपर्यंत जातीयवाद आहे, तोपर्यंत कसलेही संघटन होवू शकणार नाही आणि जोपर्यंत संघटन होणार नाही, तोंपर्यंत हिंदू दुर्बल आणि दबलेलेच रहातील.'

डॉ. आंबेडकर पुढे लिहितात, लोकांचे चार विभागात विभाजन अशक्य आहे. हा या गोष्टीचा पुरावा आहे की, मुळातले चार वर्ण आता ह़जार जाती बनल्या आहेत. ब्राह्मण, क्षत्रिय, वैश्य, शूद्र असे चार वर्ण आहेत जे प्रत्येक हिंदूच्या मनात एक निश्चित तसेच स्थीर भावनासहित नांदत आहेत. जोपर्यंत हे नाव प्रचलीत रहातील, हिंदू या जन्ममूलक उच्च-नीचतेला मानत आणि त्यानुसार आचरण करीत रहातील.

मानसशास्त्राच्या दृष्टिने त्यांचे मत अशाप्रकारे आहे, 'कोणीही दोन व्यक्ती समान नाहीत. अर्थात कोणत्याही दोन व्यक्तींना एका श्रेणीत नाही ठेवल्या जावू शकत. कारण व्यक्तिचे स्वभाव-गुण सदैव अस्थिर आणि परिवर्तनशील असतात'

डॉ. आंबेडकरांची विचार-शक्ती युक्तिसंगत आहे आणि वर्ण व्यवस्थेला

देखील ते अनावश्यक म्हणून सांगतात मग ती आर्य समाजाची असो किंवा गांधीजीं असो. त्याला ते निरर्थक व अव्यवहारिक ठरवतात.

डॉ. आंबेडकरांच्या याच भाषणावर मत व्यक्त करीत गांधीजीने 'हरिजन' मध्ये लिहिले, 'डॉ. आंबेडकर हिंदूसाठी एक ललकर आहेत.'

हिंदू धर्मातील जाती-पाती व धर्मावर टीका

हिंदू धर्मात रूढीवाद आणि दलितांना कसेलच स्थान नसल्याने डॉ. आंबेडकरांना धर्मांतर करण्याची घोषणा करावी लागली. ते जितक्या दृढ-स्वभावाचे होते, तितकेच ते संयमी देखील होते. धैर्य आणि संयम त्यांच्यात ठासून भरलेला होता. परंतु संयमी असण्यासोबतच त्यांनी धर्मातरांच्या संदर्भात कोणताही निर्णय गडबड घाईने घेणे योग्य समजले नाही.

डॉ. आंबेडकरांचा कल शिख धर्माकडे असल्याचे दिसत होते. त्या कलापोटीच ते अमृतसरला शिख परिषदेत सहभागी झाले. परंतु घाई गडबडीने त्यांना निर्णय घ्यायचा नव्हता. त्यासाठी त्यांना आपल्या महार जातीच्या लोकांचा सल्ला पण एकून घ्यायचा होता, त्यासाठी एका सभेचे आयोजन करण्यात आले. त्या सभेत डॉ. आंबेडकर म्हणाले, 'ज्या धर्मामुळे तुम्हाला हलके असल्याचा दर्जा देण्यात आला आहे. तो धर्म उच्च वर्णीयाच्या मतानुसार सनातन आहे. तुम्हाला नेहमीच हलके म्हणून राहावे लागेल.

'या अन्यायाचा प्रतिकार तुम्ही नाही करू शकत. कारण तुमच्याकडे मनुष्य, द्रव्य आणि मानसिक बळ नाही आहे. सामर्थ्य असल्याशिवाय प्रतिकार नाही होवू शकत आणि ते सामर्थ्य आज तुमच्याकडे नाही. आता ही गोष्ट स्पष्ट आहे की असे सामर्थ्य तुम्हाला दुसरीकडून मिळवावे लागेल. धर्मांतराशिवाय दुसऱ्या समाजाचे सामर्थ्य तुम्हाला प्राप्त होणार नाही.'

'हिंदू तुम्हाला परक्या पेक्षाही परके समजतात. शत्रुत्वाप्रमाणे वातावरण असलेल्या वातावरणात राहून तुमचे काय भले होणार आहे? एका मनुष्याने दुसऱ्या मनुष्याला इतके पतित समजावे की त्याला स्पर्शच करू नये. अशी प्रथा हिंदू धर्म आणि हिंदू समाज वगळता इतर कोठेही दिसणार नाही. अस्पृष्यता हिंदू धर्मावर कलंक आहे. असे काहीजण म्हणतात, परंतु हिंदू धर्म कलंकीत आहे असे एकही हिंदू म्हणत नाही. तुम्ही कलंकित आहात, अपवित्र आहात, असे सर्व हिंदू

म्हणतात. तुमच्यापैकी जे लोक मुसलमान किंवा ख्रिश्चन झाले, त्यांना हिंदू अस्पृष्य समजत नाहीत. तुमची अस्पृष्यता तसेच असमानतेसाठी जर कोणते कारण असेल तर ते आहे तुमचे हिंदू म्हणून हिंदू धर्मात रहाणे. ज्या धर्मात मनुष्याच्या मनुष्यतेला काही किंमत नाही, तो धर्म कोणत्या कामाचा?

असे सांगण्यात येते की हिंदूमध्ये अनेकजण हिंदू धर्मात सुधारणा करण्यासाठी तयार आहेत. त्यांची मदत घेऊन जातीभेद आणि अस्पृष्यतेला नष्ट करायचे सोडून धर्मांतर करणे योग्य नाही. हिंदू समाज सुधारकांची मला अंत्यत घृणा आहे. निग्रोंना गुलामीतून मुक्त करण्यासाठी अमेरिकन सुधारकाने गोऱ्यांसोबत घमासान युद्ध केले. काय स्वतःला सुधारक म्हणून घेणारे हिंदुस्तानचे अस्पृष्यासाठी काम करणारे तशा प्रकारचे गृह-युद्ध करायला तयार आहेत? गांधीजी अस्पृष्य वर्गावर अत्याचार करणाऱ्या हिंदूचे मन दुःखी करायला आणि त्यांच्या विरुद्ध कायदेशीर कारवाई करायला तयार नाहीत. धर्मांतराशिवाय सामाजिक स्वातंत्र्य प्राप्त नाही होवू शकत. स्वराज्याची जितकी गरज हिंदुस्तानला आहे, तितकीच धर्मांतराची गरज अस्पृष्यांना आहे. धर्मांतर आणि स्वराज्याचे अंतिम ध्येय एकच आहे; ते म्हणजे स्वातंत्र्याची प्राप्ती.

ज्या धर्मात मनुष्याला दुसऱ्या मनुष्यासोबत व्यवहार करायला मनाई आहे. तो धर्म नसून उदंडतेची सजावट आहे. ज्या धर्मात मानवाच्या मानवतेला ओळखणे अर्धम समजला जातो. तो धर्म नसून रोग आहे. ज्या धर्मात अमंगल पशुला स्पृष्य आणि मनुष्याला अस्पृष्य समजले जाते, तो धर्म नाही, वेडेपणा आहे. जो धर्म सांगतो की एका वर्गाने विद्याध्ययन, धनसंग्रह आणि शस्त्रधारण करू नये. तो धर्म नाही, मनुष्य जीवनासाठी विडंबना आहे. जो धर्म अशिक्षित आणि निर्धनाना विकासापासून वंचित ठेवतो. तो धर्म नसून शिक्षा आहे.

'धर्मांतराची सार्थकता तपासून पाहिल्याशिवाय कोणीही धर्मांतर करू नये. हा माझा सल्ला आहे.'

या सभेत शेवटी धर्मांतर करण्याचा प्रस्ताव पास झाला होता. डॉ. आंबेडकरांनी अनेक धर्माच्या प्रतिनिधींना भेटून चर्चा केली. परंतु निर्णय घेण्यासाठी सर्वांना एकच उत्तर दिले की अद्याप त्यांनी कोणता धर्म स्वीकारायचा आहे; याचा निर्णय घेतलेली नाही.

हिंदू धर्मातील काही संस्कारानीच त्यांना थांबवले होते. ते संस्कार जे

हिंदू धमर्रची वैशिष्ट्ये आहेत. त्यांचं या धर्मावर प्रेम देखील होतं. ज्यात जन्म घेऊन त्यांना भारतभूमि प्राप्त झाली. जी त्यांना राष्ट्रहितासाठी बांधून ठेवत होती. हिंदु धर्माबद्दल तक्रार होती, ती म्हणजे या धर्मांने आपल्याच धर्मातरल एका वर्गाला इतके दूर ठेवले होते की आता ते अंतर कमी करणे कठीण चालले होते.

हेच कारण होते की हिंदुत्त्वाबद्दल त्यांना वैरभाव असताना देखील ते त्यापासून दूर जावू इच्छित नव्हते.

ते म्हणाले, 'इस्लाम किंवा ख्रिश्चन धर्म स्वीकारल्याने त्यांची आणि दलित लोकांच्या राष्ट्रीयतेमध्ये फरक पडेल. त्यांनी जर मुस्लिम धर्म स्वीकारला तर मुस्लिमांची संख्या अचानक दोनपट होईल आणि यामुळे हिंदूधर्माला धोका उत्पन्न होईल. अशाप्रकारे ख्रिश्चन धर्म स्वीकारला तर देशात ख्रिश्चनांची संख्या वाढेल आणि याचा सरळ फायदा ब्रिटिश सरकारला होईल. कारण लोकसंख्येच्या आधारावर त्यांची सत्ता मजबूत होईल. त्याउलट दलित समाजाने ख्रिश्चन धर्म स्वीकारला तर त्यांची राष्ट्रीयता तसेच संस्कृती कायम राहीज, ज्यामुळे ते पहिल्याप्रमाणेच देशाच्या राजकीय प्रगतीमध्ये भागादारी करायला सहायक ठरतील'.

अशा विचाराचे डॉ. आंबेडकर देशप्रमाने ओत-प्रोत भरलेले होते. अशी शंका कोणालाही नव्हती. देशाचे राजकारण करताना वेळोवेळी ते दिसत होते, म्हणून मुस्लिम नेते निजाम असो किंवा ख्रिश्चन मिशनरी, दोन्हींच्या भावना समजून घेता त्यांनी या धर्मामध्ये न जाण्याचा निर्णय घेतला होता.

डॉ. आंबेडकर भारतातील धर्मापासून प्रभावीत होते. या संदर्भात शिख प्रतिनिधीसोबत अनेकदा चर्चा पण करण्यात आली होती. यावरून वाटू लागले की ते शिख धर्माचा स्वीकार करणार आहेत. परंतु त्यांनी धाई केली. या चर्चेचा परिणाम असा झाला की काही अस्पृष्य लोकांनी शिख धर्म स्वीकारला देखील. ज्यामुळे मुंबईत दलितांसाठी खालसा कॉलेजाची स्थापना झाली.

वर वर पहाता त्यांना वाटले की शिख धर्मात वर्ण भेदा सारख्या वाईट गोष्टी नाहीत. परंतु शिख धर्मात देखील अस्पृष्यता पाळली जात होती. ही गोष्टी खुद्द शिख नेत्याने दबक्या आवाजात मान्य केली होती. ज्याला नंतर भारत सरकारच्या समोरही स्वीकारण्यात आले. ज्याचा परिणाम १९५३ च्या जनगणनेत

अस्पृष्य शिखांचा देखील समावेश करण्यात आला. हे सर्व पाहून डॉ. आंबेडकरांनी शिख धर्म स्वीकारण्याचा इरादा सोडून दिला.

ज्यावेळी सर्व धर्म दलित जातींना आपल्या धर्मात यावे म्हणून प्रयत्न करीत होते. त्यावेळी हिंदू नेते मला दु:ख व्यक्त करण्यापिकडे कसलेही प्रयत्न करीत नव्हते. हेच कारण होते की अनेक दलित वेळो-वेळी धर्मांतर करीत राहिले आणि हेच कारण पाकिस्तानची निर्मिती होण्याला आणि काश्मीरात दहशतवाद जोपासण्याला आहे.

हिंदूच्या या उदासिनतेच्या संदर्भात डॉ. आंबेडकरांनी 'जात-निर्मूलन' नावाच्या प्रबंधात लिहिले की, 'उदासिनतेपेक्षा मोठा कोणताही आजार असू शकत नाही. हिंदू इतके उदासिन का आहेत? माझ्या मते ही उदासिनता वर्णभेदाचाच परिणाम आहे. वर्णभेदाने कोण्याकामासाठी संघटन आणि सहकार्य या गोष्टी अशक्य करून टाकल्या आहेत.

गांधीजी सारखे मोठे नेते ज्यांनी अस्पृष्यता-निवारण्यासाठी मोठे प्रयत्न केले होते. ते पण डॉ. आंबेडकरांना म्हणाले,'जर तुम्हाला वर्णभेद संपवून टाकायचा असेल तर मी तुमच्या बाजूने नाही आहे' अशाप्रकारच्या सामाजिक मुद्यांवरील विरोधाभासामुळे दोन्ही नेते एकत्र नाही येऊ शकले.

डॉ. आंबेडकरांच्या घोषणेनंतर, त्याच काळात म्हैसूरच्या राजाने घोषणा लागू केली की दरबारातील दसरा महात्सवात दलित जातीचे लोक देखील सहभागी होवू शकतील. अशाप्रकारे सर सी. पी. रामस्वामी अय्यरच्या प्रयत्नाचा परिणाम म्हणून त्रावणकोर संस्थानातील हद्दीत येणाऱ्या मंदीराचे दरवाजे अस्पृष्यांसाठी मोकळे करण्यात आले.

नव्या पक्षाची स्थापना

भारताच्या कायद्यानुसार १ ९ ३ ७ मध्ये प्रादेशीक स्वायत्त सरकार व्यवस्था मजबूत होवू लागली होती. म्हणून निवडणूकीची जोरदार तयारी सुरू झाली होती. डॉ. आंबेडकरांनी देखील आपल्या सहाकार्याच्या मदतीने नव्या पक्षाची स्थापना केली. ज्याचे नाव ठेवण्यात आले स्वतंत्र कामगार आणि शेतकऱ्यांना देखील संघटीत करणार होतो. डॉ. आंबेडकरांना समाजातील प्रत्येक शोषित व पीडित वर्गाबद्दल कळवळा होती. भांडवलदारांबद्दल त्यांच्या मनात वेगळ्या प्रकारची चीड

होती. त्यांच्या मते जगात दोनच वर्ग आहेत - श्रीमंत आणि गरीब, शोषक आणि शोषित. एक तिसरा मध्यम वर्ग देखील होता. परंतु खूप छोटा होता.

आपल्या पक्षाची सर्व तयारी पूर्ण केल्यानंतर डॉ. आंबेडकर हवा-पाणि बदल्यासाठी जिनेव्हा येथे गेले. तेथून ते एक आठवड्यासाठी लंडनला देखील गेले आणि मग १४ जानेवारी १९३६ ला भारतात परतले. अनेकांना वाटत होते की त्यांच्या या प्रवासात धर्मांतरानंतर त्यांचे विशेषाधिकर सुरक्षित राहतील किंवा नाही.

एकिकडे एका मराठी दैनिकाने त्यांचे लंडन येथे थांबण्याबद्दल एक बातमी छापली होती की डॉ. आंबेडकरांनी एका इंग्रज तरूणीसोबत विवाह केला आहे. या संदर्भात त्यांना विचारणा केल्यावर हे समजले की ती केवळ एक अफवा होती. जी बहुधा त्यांच्या विरोधकांनी प्रसारित केली होती.

मुंबई काउंसिलमध्ये एकूण जागापैकी केवळ १५ जागा दलितांसाठी आरक्षित ठेवल्या होत्या. स्वतंत्र कामगार पक्षाने १७ उमेद्वार निवडणूकीत उभे केले होते. १७ फेब्रुवारी १९३७ ला निवडणूक संपन्न झाली. डॉ. आंबेडकरांच्या पक्षाचे १७ पैकी १५ उमेद्वार कॉंग्रेसच्या तीव्र विरोधांनतरही निवडून आले होते. डॉ. आंबेडकरांच्या पंक्षाला मिळालेल्या यशाने महाराष्ट्रातील दलितांच्या मनात आनंदाच्या लाटा तरंगु लागल्या होत्या. दलितांसाठी राखीव असलेल्या १५ जागापैकी कॉंग्रेस पार्टीला जबरदस्त धक्का बसला होता.

१९ जुलै, १९२३ ला मुंबई प्रांतात कॉंग्रेसचे मंत्रीमंडळ बनले. त्याच दिवशी डॉ. आंबेडकरांनी देखील गीतेवर हात ठेवून शपथ घेतली होती.

निवड झाल्यांनतर काही दिवसाने एक बिल मंत्र्याच्या मानधनाबद्दल आले. ज्यात पाचशे रूपये प्रति महिना मानधनासहित हाऊस आणि भत्ते पण होते. डॉ. आंबेडकरांनी या अनेक त्रुटी काढत या बिलाला विरोध केला.

सोबतच त्यांनी हे पण सिद्ध केले की सरकार आणि कम्युनिस्ट देखील कामगारांचे हित नाही तर त्यांच्या नावावर आपला राजकीय स्वार्थ पूर्ण करीत आहेत.

एका सरकारी बिलात अस्पृष्यांनी 'हरिजन' शब्द वापरण्याचा प्रस्ताव कॉंग्रेसच्या वतीने करण्यात आला होता. त्याला विरोध दादासाहेब गायकवाड व

डॉ. आंबेडकरांनी केला होता. इथे अस्पृष्यांचे बहुमत असताना देखील, मंत्रीमंडळातील सवर्णाच्या बहुमताने 'हरिजन' शब्द दलितांसाठी लागू करण्यात आला. त्यावर डॉ. आंबेडकरांचा पक्ष विरोध दर्शवत सभागृहाबाहेर गेला होता.

इतकेच नाही, महाराच्या गावात 'वतन' जमिनी आहेत, ज्या की चौकीदारी सारख्या सरकारी नोकरी करण्याच्या बदल्यात मिळाल्या होत्या. त्या जमिनीचे इतके छोटे-छोटे तुकडे झाले होते की त्यातून पीक येणे अशक्यच होते. परंतु त्यासाठी महार चौकीदारांना अनेक सरकारी कामाचे ओझे उचलावे लागत होते. म्हणू डॉ. आंबेडकरांनी वतनी प्रथा बंद करण्यात यावे म्हणून बिल सादर केले. परंतु काँग्रेसमुळे बिल पास होवू शकले नाही.

अशाप्रकारे कोंकणची शेती-प्रथा, जी जमीनदारी प्रथेवर आधारीत होती, तिला समाप्त करण्यासाठी बिल तयार केले होते. त्यासाठी त्यांनी महाराष्ट्रातील जिल्ह्यांचा मोर्चा काउंसिल हॉल वर घेऊन गेले होते. परंतु इथेही त्यांना माघार घ्यावी लागली.

डॉ. आंबेडकर खऱ्या अर्थाने दलितांचे नेते होते. तो दलित ज्याला आता कामगार असे नाव देखील देण्यात आले होते. अर्थात शोषित वर्ग. कामगारांचे जीवन त्यांनी जवळून पाहिले होते आणि स्वतः भोगले पण होते. म्हणून त्यांचे दु:ख तेच समजू शकत होते. डॉ. आंबेडकरांनी त्यांच्या अधिकारासाठी लढायला सुरूवात केली होती.

मिल मधील विणकाम इत्यादी विभागात अस्पृष्यांना ठेवले जात नव्हते. अशाच रितीने रेल्वे विभागात पोर्टरची नोकरी देखील अस्पृष्यांना दिल्या जात नव्हती कारण हे होते की स्टेशन मास्तर त्यांच्याकडून घरगुती काम कसे करून घेतील. डॉ. आंबेडकरांनी या अन्यायाच्या विरोधात अवाज बुलंद केला. मनमाड येथे अस्पृष्य कामगारांच्या सभेत डॉ. आंबेडकरांने भाषण करताना सांगितले- 'ब्राह्मणवाद आणि भांडवलवाद' हे दोन्ही कामगारांचे शत्रू ओहत. कारण की हे दोघे पण समता, स्वातंत्र आणि बंधुत्त्व याच्या विरोधात आहेत.'

ते कामगारांत अंत्यत लोकप्रिय नेते म्हणून होते. सरकारी विरोधानंतर त्यांनी हे सिद्ध करून दाखवले होते. औद्योगिक विवाद बिलानुसार कामगारांना संप करण्याच्या अधिकाराला सरकारने ठरविले तर काही खास परिस्थितीत

अवैध ठरविल्या जावू शकते. या नियमाविरूद्ध मुंबई प्रातींय ट्रेड युनियन कॉंग्रेस आणि आंबेडकरांच्या स्वतंत्र कामगार पक्षाने ७ नोव्हेंबर, १ ९ ३ ८ ला मुंबईतील मिल्स आणि इतर शहरातील मिल्समध्ये एक दिवसाचा संप करण्याची घोषणा करून यशस्वी संप सरकारच्या विरूद्ध करून दाखविला होता.

जिन्न मुक्ती दिवसाला डॉ. आंबेडकरांची साथ

१ ९ ३ ९ चे दुसरे महायुद्ध ब्रिटेन आणि जर्मनीत सुरू झाले होते. व्हाइसरायने भारताच्या विभिन्न राजकीय प्रतिनिधीची भेट घेतली. इथे सरकार आपल्या धोरणांना कॉंग्रेसमध्ये स्पष्ट करू शकली नाही. त्यावर असहकार्याच्या भावनेने आठ प्रातांतील मंत्रीमंडळाने राजीनामे दिले होते. या प्रसंगी मि. जिन्नाने मुस्लिमाना आनंद झालेला पाहून मुक्ती दिवस साजरा करण्याचा आदेश दिला. या उत्सवात डॉ. आंबेडकरांनी देखील मुंबईच्या भेंडी बाजारात 'मुक्त - दिवस' साजरा करण्यात मि. जिन्ना यांना साथ दिली.

डॉ. आंबेडकरांनी या प्रसंगाला स्पष्ट पण केले होते की ते हा दिवस साजरा करून केवळ कॉंग्रेसला विरोध दर्शवत आहेत. याला हिंदू विरोधी अजिबात समजल्या जावू नये. १ ९ ४ ० मध्ये मुस्लिम लीगने स्वतंत्र पाकिस्तानची मागणी पुढे मांडली आणि काही महिन्यांनतर डॉ. आंबेडकरांनी 'थॉटस् ॲन पाकिस्तान' नावाचा ग्रंथ प्रकाशित केला.

त्यांनी सर्व राजकीय पक्षांना पाकिस्तानच्या प्रश्नावर गंभीरतापूर्वक विचार करण्यासाठी प्रेरित करीत सांगितले की हिंदू आणि मुस्लिम या दोघांचेही भले देशाची फाळणी करण्यात आहे. असे पण सांगितले की त्याशिवाय हिंदू-मुसलमान एकमेकांच्या भयापासून मुक्त होणार नाहीत. त्यांनी लोकसंख्येचा धोका पण लक्षात आणून दिला.

याच ग्रंथात त्यांनी सवर्ण हिंदूवर टीका केली, परंतु त्यापेक्षा जास्त त्यांनी मुस्लिमांवर टीका केली. त्यांनी मुस्लिमांना राजकीय लाभ मिळविण्याच्या मार्गाला लुटारूचा मार्ग म्हटले.

आपल्या कामगार पक्षाच्या वतीने डॉ. आंबेडकरांनी मुंबईच्या गव्हर्नरला महार बटालियनची स्थापना करण्याचा सल्ला दिला. हा सल्ला मान्य करण्यात

आला. डॉ. आंबेडकरांनी महार लोकांना सैन्यात भरती होण्याचा आदेश दिला. त्यामुळे व्हाइसरायने डॉ. आंबेडकरांना 'सुरक्षा सल्लागार समितीचा' सदस्य म्हणून नियुक्त करण्यात आले. नंतर डॉ. आंबेडकरांनी अशी पण तक्रार केली की व्हाइसरायच्या कार्यकारिणी समितीमध्ये दलिताच्या प्रतिनिधीला कसलीही किंमत दिल्या जात नाही. मार्च, १९४२ मध्ये ब्रिटिश सरकारकडून सर स्टफर्ड क्रिप्स एक योजना घेऊन आले. या क्रिप्स योजनेत प्रदेशांना भारतीय संघापासून स्वतंत्र होण्याचा अधिकार देण्यात आलेला होता. याला बहुधा सर्व राजकीय पक्षांनी विरोध दर्शवला होता. डॉ. आंबेडकरांनी तर याला दलितांची उपेक्षा करण्यासाठी एक विश्वासघात असल्याचे सांगितले जे दलिताबरोबर याच्या मसुद्यामध्ये करण्यात आले होते.

१९४२ चे भारत छोडो आंदोलन

सन् १९४२ ला भारत छोडो आंदोलनाला सुरूवात झाली होती. हे वर्ष क्रांतीकारी घटनाक्रमाने पूर्ण होते. गांधीजीले आपल्या भाषणानंतर संक्षिप्त नारा दिला 'करू किंवा मरू' परंतु डॉ. आंबेडकरांनी याबद्दल उदासिनता दाखवली. त्यांचा उद्देश दलितांचे हित हाच होता ज्याला ते देशप्रमासमानच समजत होते. समाज उन्नत नसेल तर तो देश स्वतंत्र कसा?

भारत छोडो आंदोलनामुळे मोठे-मोठे क्रांतीकारी नेते अटक केल्या जात होते. जनतेमध्ये एक प्रकारचा उत्साह होता. सरकार देखील आंदोलन चिरडून टाकण्याच्या प्रयत्नात होती. त्यासाठी तिने दमन-तंत्राचा वापर करून आंदोलन नियंत्रणात आणण्याचा प्रयत्न केला.

गांधीजीने आंदोलनाची सूत्रे आपल्या हाती घेतली होती. त्यांनी फेब्रुवारी १९४३ मध्ये जिथे ते कैद होते, त्या आगा खान पॅलेस मध्ये २१ दिवसाचे उपोषण सुरू केले होते. गांधीजीबद्दलचे प्रेम देशभरात वाढतच चालले होते. त्यासाठी अनेक नेत्यांनी गांधीजीच्या समर्थनार्थ व्हाइसरायच्या कार्यकारिणी समितीचा राजीनामा दिला होता परंतु डॉ. आंबेडकरांनी राजीनामा दिला नव्हता.

डॉ. आंबेडकरांनी कामगारांचे प्रतिनिधी म्हणून कामगारांच्या कल्याणावर लक्ष केंद्रित केले आणि त्यांच्यासाठी त्यांना जे करणे शक्य होते ते सर्व

करण्याचा प्रयत्न केला. त्यांच्यामुळेच भारत सरकारच्या रेल्वे, कस्टम, टेलिग्राफ आदी विभागात ८.३३ टक्के नोकऱ्या आरक्षित झाल्या. इतकेच नाही जिथे या सामान्य जागेसाठी उमेद्वाराकडून पूर्ण फीस वसूल केली, तिथे दलितांकडून त्या फीसच्या केवळ एक चतुर्थांश फी वसूल करण्यात आली, तसे पाहिल्यास संख्येच्या आधारावर अस्पृष्यांना ५२-७ टक्के नोकरात आरक्षण असायला हवे होते. ही मान्यता देखील डॉ. आंबेडकरांनी प्राप्त केली होती. यात काही शंका नव्हती की अस्पृष्यांच्या विकासासाठी डॉ. आंबेडकरांनी आपली पूर्ण शक्ती पणाला लावली होती.

डॉ. आंबेडकरांनी दलितांच्या कल्याणासाठी कार्य करीत असताना एकही तडजोड कसल्याही दबावाला बळी पडून केली नाही. परंतु या दरम्यान त्यांनी गांधीजींना पत्र पाठवून दलितांच्या प्रश्नावर तडजोड करू इच्छिली, परंतु गांधीजींने त्यांना थोडक्यात उत्तर देत असे सांगितले की दोघात या विषयावर मौलिक मतभेद आहेत. जसे की आपणा सर्वांना माहीत आहे की गांधी-आंबेडकर यांच्यातले मतभेद वर्ण-व्यवस्थेच्या संदर्भामधलेच आहेत.

गांधीजींना आगाखान पॅलेसमधून मुक्त करण्यात आले होते. गांधीजींच्या आशीर्वादावर श्री राजगोपालचारीने एक पाकिस्तानी योजना मि.जिन्नाच्या समोर १९४४ मध्ये मांडली होती जी त्यांनी स्वीकारली नव्हती.

क्रिप्स योजनेत पाकिस्तानच्या मागणीनुसार विभाजन करण्याचा सिद्धांत होता. यावेळी गांधीजी पाकिस्तानी योजनेसाठी मि. जिन्नासोबत तडजोड करण्यासाठी मुंबईत दाखल झाले. परंतु निष्कर्ष काहीही निघाला नाही. परंतु इथे महत्वाचा मुद्दा हा होता की, गांधीजीने तडजोड करण्याची इच्छा बाळगणाऱ्या डॉ. आंबेडकरांना महत्व न देता त्यांना उपेक्षित केले होते. कारण की क्रिप्स योजनेत अस्पृष्यांच्या मागणीला कसलेच महत्व देण्यात आले नव्हते.

पाऊलो-पाऊली फक्त संघर्ष

भारतीय राजकारणात क्रिप्स योजना आणि राजाजींची योजना, त्यानंतर हिंदू-मुस्लिम समान प्रतिनिधीत्त्वाची चर्चा होवू लागली. त्यानंतर वेवल-योजना आली. २ जून, १९४५ ला व्हाइसरायने ब्रॉडकास्ट भाषणात सांगितले की

प्रस्तावित नवी काउंसिल जातींचे प्रतिनिधीत्त्व करील आणि त्यात सवर्ण हिंदू आणि मुसलमान सदस्यांची संख्या समान असेल.'

नंतर काँग्रेसने सवर्ण हिंदू संस्था स्थापन करून या योजनेला सिमला कॉन्फरन्समध्ये स्वीकृत केले. परंतु जिन्नाच्या आडमुठ्या धोरणामुळे सिमला काँग्रेस ठप्प झाली.

सिमला कॉन्फरन्स नंतर इंग्लडमध्ये मजूर पक्ष सत्तेवर आला. व्हाइसरायने निवडणूका घोषित केल्या. डॉ. आंबेडकरांनी शेड्युल्ड कास्टस् फेडरेशनच्या वतीने निवडणूक लढायचे ठरविले. या प्रसंगी सरदार पटेलांनी काँग्रेस मंत्रिमंडळाचे पहिले काम सांगितले की अस्पृष्यतेला कायद्याने समाप्त करावे लागेल. त्या काळातील अंदोलनानंतर अचानक काँग्रेस अतिशय लोकप्रिय होत गेली. कारण, त्या काळात पूर्ण राजकीय स्वातंत्र्याचा मुद्दा जोरात होता. त्याचा परिणाम असा झाला की सुयंक्त निवडणूक पद्धतीमुळे निवडणूकीत शेड्युल्ड कास्टस् पूर्णपर्ण पराभूत झाली. डॉ. आंबेडकरांचे प्रयत्न आणि नेतृत्त्वावर तसेच दलित जातीच्या फेडरेशनला हा एक जबरदस्त धक्का होता.

डॉ. आंबेडकर व्हाइसरायच्या कार्यकारिणी समितीचे सदस्य होते. तरीपण त्यांना अस्पृष्य असल्याने अपमानित व्हावे लागले.

ब्रिटेनचे पंतप्रधान मि. एटलीने १६ मार्च, १९४६ ला घोषणा केली की 'आम्ही अल्पसंख्याक पक्षाला बहुसंख्यकाच्या प्रगती मध्ये अडथळा ठरू देणार नाही'. हा आंबेडकरांच्या प्रयत्नाला जबरदस्त धक्का होता. तरीपण त्यांनी माघार घेतली नाही. २४ मार्च, १९४६ ला ब्रिटिश मंत्रिमंडळ भारतात आले. या मिशनने सर्व भारतीय नेत्यांच्या भेटी घेतल्या. ५ एप्रिल, १९४६ ला डॉ. आंबेडकर अल्पसंख्याकाचे प्रतिनिधी म्हणून मिशनला भेटले. त्यांनी दलितांसाठी स्वतंत्र मतदारसंघाची मागणी केली परंतु मिशनवर देखील अनेक घोषणा जसे की अधिकाऱ्यांसंबधी योजना तसेच अल्पकालीन सरकार संबंधी घोषणा करण्यात आल्या. तेंव्हा देखील दलित जातीने फेडरेशनच्या मागण्याला उपेक्षितच ठेवले. याशिवाय, महाराष्ट्रात दलित कार्यकर्ते आपले संघटन मजबूत करण्याच्या कामी लागले. त्यामुळे सवर्ण व दलित समाजात कटुतेचे वातावरण वाढत गेले.

मिशन-योजनेत अस्पृष्यांना पूर्णपणे ठेवल्याने देशभर अस्पृष्य समाजात

चांगलाच रोष होता. महाराष्ट्रात याचा सर्वात परिणाम झाला होता. येथिल अस्पृष्यांनी मिशन योजनेला विरोध दर्शवत एक मोर्चा काढल तो ही अशा ठिकाणी जिथे अखिल भारतीय काँग्रेस कमिटीची बैठक चालली होती. मोर्चेकऱ्यांनी तिथे कावसजी जहांगीर हॉलच्या दिशेने जाणाऱ्या नेत्यांना काळे झेंडे दाखवून आपला विरोध प्रगट केला. मोर्चा काढण्याचा उद्देश मिशन योजना आणि काँग्रेसच्या धोरणाला विरोध दर्शविणे हा होता.

१५ जुलै, १९४६ ला काउंसिल हॉल आणि पुण्याच्या सेक्रेटरिएट पासून अर्धामिल असा-पास मोर्चा न काढण्याचे प्रावधान होते. याचे उल्लंघन करून दलितांचा सत्याग्रह सुरू झाला. या सत्याग्रहामुळे सरकारला बारा दिवसापर्यंत असेम्बलीच्या अधिवेशनाला स्थगित करावे लागले. त्यात एकूण ११५० सत्याग्रहींना अटक करण्यात आले, ज्यात १२८ स्रीयां होत्या. त्यापैकी काहींना १५ दिवसाची तर काहींना तीन महिण्याची शिक्षा झाली.

मुस्लिम लीगने पूर्ण पाकिस्तानची मागणी करीत २९ जुलै १९४६ ला मिशनच्या दीर्घकालीन तसेच अल्पकालीन दोन्ही प्रस्तावाला नाकारले होते. पाकिस्तान मागणीच्या संदर्भात मुस्लिम लीगने 'जाहीर' संघर्ष दिवस साजरा करून हिंदूत्त्व आणि काँग्रेस सरकारच्या विरोधात विद्रोह केला. इतकेच नाही तर मुसलमान उपद्रव्यांनी कलकत्ता आणि नोआखालीत हिंदूवर पाशवी अत्याचार केले. ज्यात अस्पृष्य व सवर्ण दोन्ही बळी पडले.

मुस्लिम लीगकडून मिशन-योजना नाकारली गेल्याने व्हाइसरायने काँग्रेसला अल्पकालीन सरकार स्थापन करण्यासाठी २४ ऑगस्टला बिनशर्त आमंत्रित केले. या अल्पकालीन सरकारच्या १४ सदस्यांच्या नावांची घोषणा करण्यात आली. त्यात श्री जगजीवनराम दलित जातीचे सदस्य होते. डॉ. आंबेडकरांनी ब्रिटिश पंतप्रधान मि. एटलीला तार पाठवून मागणी केली की केंद्रिय सरकारमध्ये अस्पृष्यांना किमान जागा मिळायला हव्यात.

काँग्रेसच्या हातात संपूर्ण सत्ता येत असल्याचे पाहून लीगला स्वतःसाठी धोकादायक वाटले. म्हणून ती अल्पकालीन सरकारमध्ये सहभागी झाली आणि तिने काँग्रेसच्या ईशाऱ्यावर आपल्या कोट्यातून दलित जोगेंद्रनाथ मंडल यांना सहभागी करून घेतले. गांधीजीला ही गोष्ट खटकली की जिन्ना हिंदू-मुस्लिम असे

दोन राष्ट्र समजतात. तर मग हरिजनला कोणत्या राष्ट्रात सहभागी करून घेतले, लीग तर मुस्लिमांचा पक्ष आहे. परंतु हा परिणाम तर याचा होता की गांधीजीने हरिजनोद्धारापेक्षा मुस्लिमोद्धार याला जास्त महत्व दिले होते. जे काही असेल, पण दलित फेडरेशनच्या दोन जागेची मागणी पूर्ण झाली होती.

यावेळी दलित फेडरेशनने नागपुरात ३ सप्टेंबर, १९४६ ला सत्याग्रह सुरू केला. परंतु चार दिवसानंतर सी.पी. असेम्बलीची बैठक स्थगित झाल्याने सत्याग्रह आपोआपच बंद करावा लागला. या चार दिवसात देखील शेकडो सत्याग्रहींना अटक करण्यात आले.

दलितांच्या अधिकारासाठी शेवटचा प्रयत्न करीत डॉ. आंबेडकर १५ ऑक्टोबर, १९४६ ला लंडनला गेले. जिथे त्यांनी मंत्री आणि राजकीय नेत्यांच्या भेटी घेतल्या. वास्तवात यावेळी ब्रिटिश सरकारला दलित प्रश्नांवर काही रस नव्हता. म्हणून त्यांना सांगण्यात आले की तुम्ही तुमच्या अधिकारासाठी प्रयत्न तुमच्या विधानसभेतच करा.

अशाप्रकारे डॉ. आंबेडकरांना दलितांना न्याय मिळवून देण्यासाठी संघर्ष करताना जागो-जागी ठोकर खावी लागली होती. कारण की ब्रिटिश सरकारच्या हातातून भारतीय प्रशासन पूर्णपणे निसटून चालले होते. म्हणून ते दलितांच्या प्रश्नावर का विचार करणार आणि नाहीतरी हिंदुस्तानात दलितांला कोणी विचारत नव्हतं.

प्रकरण - चार

स्वतंत्र भारतात डॉ. आंबेडकरांची स्वतंत्र भूमिका

स्वतंत्र भारताचे 'कायदा मंत्री'

ब्रिटिश पार्लमेंटमध्ये भारतीय स्वातंत्र्य ॲक्ट १५ जुलै, १९४७ पास करण्यात आला.

त्यावेळी पंडित जवाहरलाल नेहरूने डॉ. आंबेडकरांना 'कायदा मंत्री' हे दप सांभाळावे म्हणून विंनती केली. ह्या विनंतीनं डॉ. आंबेडकरांना सुखद व आश्चर्यजनक धक्का बसला होती की, त्यांना स्वतंत्र भारताचे कायदा मंत्री होण्याचे सौभाग्य प्राप्त होवू लागले होते. त्यांनी याचा स्वीकार केला.

घटनासमितीचे अध्यक्ष

१५ ऑगस्ट, १९४७ ला भारत आणि पाकिस्तान असे दोन स्वतंत्र आणि वेगळे राष्ट्र बनले. भारताची स्वतंत्र विधान परिषद २९ ऑगस्ट, सन १९४७ ला घटना समितीचा मसुदा तयार करण्यासाठी एक समिती बनवली. त्या समितीचा अध्यक्ष या नात्याने कायदा तज्ज्ञ डॉ. आंबेडकरांना बनवले.

डॉ. आंबेडकर वगळता या मसुदा समितीमध्ये आणखी सहा सदस्य होते. ह्या सहा सदस्यांनी कोणत्यान् कोणत्या कारणांनी डॉ. आंबेडकरांना सहकार्य नाही केले. ज्यामुळे मसुदा समितीच्या बैठकीला डॉ. आंबेडकर आपल्या सेक्रेटरीसोबत हजर रहात आणि एकटेच या जटिल प्रक्रियेला पूर्ण करण्याच्या कामात गुंतले जात.

डॉ. आंबेडकरांनी घटना लिहिण्याच्या कार्यात योग्यपूर्ण पद्धतीने यशस्वीता प्राप्त केली आणि या मसुद्याला ४ नोव्हेंबर १९४८ ला विधानसभेत दाखल केले. त्यात ८ सूची आणि ३१५ कलमे होती. डॉ. आंबेडकराच्या या कठोर परिश्रमपूर्वक व विद्वतापूर्ण कार्याचे सर्वांनी कौतूक केले.

२५ नोव्हेंबर, १९४८ ला डॉ. आंबेडकराने विधानसभेत आपले मत व्यक्त केले, ''मी विधानपरिषदेत का आलो? यामुळे की अस्पृष्य समाजाच्या हिताचे रक्षण करू शकू. यापेक्षा कोणती आनंदाची गोष्ट असू शकेल की माझ्यावर इतकी मोठी जबाबदारी सोपविण्यात आली. याची मी कधी कल्पना देखील केली नव्हती. मला यावेळी जास्त आनंद झाला ज्यावेळी विधानसभेने मला मसुदा समितीवर घेऊन सेवा करण्याची संधी दिली. या कार्यासाठी मी त्यांच्याबद्दल

कृतज्ञता व्यक्त करतो".

डॉ. आंबेडकरंने जे भाषण दिले. त्याने सर्व प्रभावीत झाले. अशाप्रकारे दुसऱ्या दिवशी म्हणजे २६ नोव्हेंबर, १९४८ ला विधानसभेने संविधानाचा मसुदा बिल पास केले. त्यावर विधानसभेचे अध्यक्ष डॉ. राजेंद्र प्रसादने म्हटले, "अध्यक्ष म्हणून मी बैठकीत दररोज बसून होतो आणि मसुदा समितीचे सदस्य खास करून डॉ. आंबेडकर यांनी किती निष्ठा तसेच उत्साहाने आपले काम पूर्ण केले, याची कल्पना इतरांपेक्षा मला जास्त आहे. या मसुदा समितीमध्ये डॉ. आंबेडकरांना सहभागी करून घेण्याचा आणि मसुदा समितीचा अध्यक्ष नियुक्त करण्यापेक्षा चांगले कार्य आपण दुसरे करू शकलो नाहीत."

महाड घटनेच्या वेळी ज्यांनी 'मनुस्मृतीचे' दहन केले होते. त्याच डॉ. आंबेडकरांना 'आधुनिक मनु' अशी उपाधी देण्यात आली.

मुंबई दलित जाती फेडरेशनने ११ जानेवारी, १९५० ला सवर्ण, करंडकावर डॉ. आंबेडकरांचे नाव कोरून त्यांना भारतीय घटनेची प्रत भेट म्हणून दिली.

कायदा मंत्री डॉ. आंबेडकर कोलंबिया विद्यापीठातून देखील सन्मानीत करण्यात आले. त्यांना हा सन्मान ५ जून, १९५२ ला एल.एल.डी. ची पदवी देवून सन्मानीत करण्यात आले.

दुसरा विवाह

संविधान पूर्ण करण्यासाठी डॉ. आंबेडकरांनी वीस-तास काम केले. जगभरातील लोकशाहीप्रधान देश आणि इतर देशांच्या राज्य घटनेचा अभ्यास केला. याकार्यासाठी त्यांनी आपल्या रक्ताचे पाणि केले. त्याचा परिणाम त्यांच्या शरीरावर झाला. पूर्ण विश्राम करण्यासाठीच ते मुंबईला आले होते.

या विश्रांती दरम्यान त्यांची भेट डॉ. मिस सविता कबीर यांच्यासोबत झाली. इलाजादरम्यान आणि नंतरही त्यांना त्यांची काळजी वाटत असे. कारण त्यांना 'न्यरोटिक पेन' याचा त्रास होता. ज्यामुळे त्यांना निद्रानाश याचा त्रास व्हायचा. त्यांची तबियत देखील खालावत चालली होती. त्यांना स्वतःच्या काळजीसाठी एका सहाकार्याची उणीव भासत होती.

डॉ. कबीर आणि डॉ. आंबेडकर दोघेही एकमेकांपासून प्रभावीत होते. नंतर त्या दोघांनी विवाह करण्याचा निर्णय घेतला. परंतु आता असा निर्णय, ज्यापूर्वी त्यांनी वीस वर्ष विधूर म्हणून काढले होते, ह्या विचाराने ते गंभीर झाले होते.

त्यांचा असा विचार करणे योग्यच होते, त्या काळातील समाज सुधारकांनी त्यांच्या या वागण्याला विरोध दर्शला. त्यांच्या दृढ स्वभावाने लोकांची पर्वा न करता १५ एप्रिल, १९४८ ला डॉ. मिस सविता कबीरसोबत ते विवाहबद्ध झाले. हे लग्न सिव्हिल मॅरेज ॲक्टनुसार डिप्टी कमिशनरच्या उपस्थितीत डॉ. आंबेडकरांच्या निवासास्थानी हार्डिंग एवेन्यू, नवी दिल्लीत झाले.

श्रीमती सविता आंबेडकर ज्या लग्नापूर्वी मिस कबीर व एक सारस्वत ब्राह्मण होत्या. त्यामुळे काही लोकांनी डॉ. आंबेडकरांना बदनाम करण्याचा प्रयत्न केला होता. त्यांच्या मते डॉ. आंबेडकर खुद्द एक दलित आहेत, एका ब्राह्मण कन्येसोबत लग्न करून आपले मानसिक समाधान करू इच्छित होते. काही लोकांनी याला सामाजिक पतन ठरवले तर काहीने अंतरराजातीय विवाहाचे उदाहरण ठरण्याचा प्रयत्न आहे म्हणून सांगितले.

डॉ. आंबेडकर या विरोधकांचा तर्कांना ओळखून होते. परंतु त्यांना कदाचित हे माहीत नव्हते की समाजातील विशिष्ट अशा वर्गाला त्यांच्या या विवाहामुळे अंत्यत दु:ख होईल. हे वादळ काही काळाने शांत होईल. परंतु डॉ. आंबेडकरांचा पुनर्विवाहाचा निर्णय त्यांच्या जीवनासाठी घेतलेला योग्य होता. म्हणून त्यांचा विवाह शेवटपर्यंत यशस्वी ठरला.

हिंदू कोड बिलाला विरोध

'हिंदू कोड बिल' अंतर्गत वारसा हक्क, निर्वाह, विवाह, घटस्फोट दत्तक घेणे, बालपण, पालकत्व या कायद्यावर हिंदुत्वाची एकता तसेच सुधारणावादाच्या दृष्टिने विचार करणे, आदी संदर्भात होतं. हिंदू कायद्याच्या काही याच कलमांना नियमबद्ध करणे तसेच त्यांच्यात संशोधन करण्यासाठी ब्रिटिश सरकारने १९४१ मध्ये राव कमिटी स्थापन केली होती. डॉ. आंबेडकरांनी १९४८ मध्ये याच हिंदू कोड बिलाला लोकसभेत सादर केले. ज्याच्यावर हिंदुत्वाची एकता तसेच सुधारणावादी दृष्टिने विचार करण्यात आला होता.

डॉ. आंबेडकर वास्तवात नैतीकवादी होते. त्यांनी जीवनभर सामाजिक उन्नतीच्या प्रश्नावरच विचार केला होता. परंतु हे त्यांचं दुर्दैव होतं की त्यांना एक दलित म्हणूनच स्वीकारले जात होते, त्यांच्या हिताचे असले तरी, वास्तवात असे काही नव्हते. संधी मिळेल त्या त्या वेळी त्यांनी आपण देशभक्त आहोत हे सिद्ध करण्याचा प्रयत्न केला.

ते कायदा मंत्री म्हणून काँग्रेससोबत यामुळे देखील आले होते की त्यांना या निमित्ताने देशाची सेवा करता येईल. तसे जर नसते तर त्यांना आरामात बसून ऐश्वर्याचे राजकारण करता आले असते. खाऊन-पिऊन मजा करता आली असती.

ही तिच काँग्रेस होती, जिला त्यांचा नेहमी विरोध असायचा. त्याच काँग्रेस सरकारमध्ये येऊन ज्यावेळी ते कार्य करू लागले. त्यांनी खांद्याला खांदा लावून काम करण्यावरच विश्वास ठेवला. परंतु इथे त्यांचे विरोधक जास्त होते जे जुन्या आठवणी ताज्या करत शत्रुत्वभाव पूर्ण करून घेत होते.

हेच कारण आहे की ज्यावेळी डॉ. आंबेडकरांने २४ फेब्रुवारी १९४९ ला हिंदू कोड बिल चर्चेसाठी ठेवण्यात आले आणि त्याचे स्पष्टीकरण देताना आपल्या भाषणात एका ठिकाणी म्हणाले,"आपण हिंदू व्यवस्था, हिंदू संस्कृती आणि हिंदू समाजाचे रक्षण करू इच्छितो, तर त्यात ज्या विकृती निर्माण झाल्या आहेत, त्या कमी करण्यासाठी थोडे पण कचरले नाही पाहिजे. हिंदू कोड बिल हिंदू व्यवस्थेत केवळ त्या मुद्यांना सुधारू इच्छिते जिथे विकृती आली आहे.

नेहरूजीने या ठिकाणी देखील डॉ. आंबेडकरांबद्दल सकारात्मक भूमिका स्वीकारलेली होती. म्हणूनच त्यांनी हिंदू कोड बिल चर्चेसाठी सभागृहात मांडू दिले होते. परंतु इतर हिंदूने या बिलाच्या विरोधात हंगामा केला होता.

हे पाहून नेहरूंना सांगावे लागले की जर हे बिल पास झाले नाही तर ते पंतप्रधानपदाचा राजीनामा देतील. काँग्रेसचे अनेकजण हिंदू कोड बिलाच्या विरोधात होते. ज्यात डॉ. राजेंद्र प्रसाद आणि सरदार पटेंलासारखे राजकीय नेते पण होते. याशिवाय सरदार हुक्मसिंह आणि ठाकुरदास भार्गव सारखे व्यक्ती पण होते, जे त्यांच्या प्रमुख विरोधकांपैकी होते. जे त्यांना धर्मशास्त्राच्या विरोधात कार्य करणारे धर्मविद्रोही समजत होते. परंतु नेहरूंची त्यांना साथ होती, हेच कारण होते की हे

बिल पुन्हा ५ फेब्रुवारी १९५१ ला पुन्हा सादर झाले. त्यांना वाटत होते की काळाची मागणी लक्षात घेता हिंदू समाजाने अशा ठिकाणी स्वतःला बदलून घ्यावे जिथे गरज आहे.

या बिलावर तीन-चार दिवस चर्चा होत राहिली आणि नंतर बिलाला स्थगित करण्यात आले. कारण की काँग्रेस नेत्यांमध्ये केवळ बिलाला विरोध करणारेच नव्हते तर डॉ. आंबेडकरांना विरोध करणारे देखील होते.

हिच गोष्ट डॉ. आंबेडकरांनी १४ एप्रिल, १९५१ ला नवी दिल्लीत 'आंबेडकर भवनंचा शिलान्यास करताना सरकारवर टीका केली. ते म्हणाले की भारत सरकार दलितांच्या हिताबद्दल संवेदनशील नाही आहे. त्यामुळे डॉ. आंबेडकरांना अनेक प्रश्न विचारण्यात आले, ज्याची उत्तरे आंबेडकरांनी दिली देखील.

त्यावर दैनिकानी मंत्रिमंडळात सुंयक्त आणि वैयक्ति जबाबदारीने प्रश्न विचारले. १७ सप्टेंबर १९५१ ला पुन्हा हिंदू कोड बिल सादर करण्यात आले आणि मतदानाचे स्वातंत्र्य देखील देण्यात आले. यावेळी संसदीय दलाने बिलाला एकाचवेळी पास न करता टप्प्याटप्प्याने पास करण्याची योजना तयार केली. अशा प्रकारे पहिला भाग 'मॅरेज अँड डाइव्होर्स' पास करण्यात आला.

डॉ. आंबेडकरांचा मंत्री पदाचा राजीनामा

त्यावर नंतर नेहरूने डॉ. आंबेडकरांना म्हटले की या बिलाला यापेक्षा जास्त ताणू नये आणि इथेच समाप्त करण्यात यावे. एकिकडे बिलामधील चार कलमे पास झाली होती. या बिलाचा जन्म होण्यापूर्वीच त्याला मृत म्हणून घोषित करावे लागले. यामुळे डॉ. आंबेडकरांना खूप दुःख झाले.

ते एकदा म्हणाले देखील- 'मला असे वाटत होते की पंतप्रधानात तशी कर्तव्यनिष्ठा होती, परंतु हिंदु कोड बिल पास करून घेण्याइतकी तत्परता व दृढ संकल्प त्यांच्यात नव्हता' त्यामुळे त्यांनी निराश होवून मंत्री पदाचा राजीनामा देण्याचा विचार केला.

ऑक्टोबर, १९५१ ला एका दिवशी डॉ. आंबेडकरांनी आपला राजीनामा

नेहरूजीकडे सोपवला. जो त्यांनी स्वीकारला होता आणि सांगितले की राजीनामा का देण्यात येत आहे याचे कारण सांगणारे एक पत्रही सोबत जोडावे.

त्यानंतर, डिप्टी स्पीकरने डॉ. आंबेडकरांना 'माननीय मंत्री' म्हणून संबोधीत केल्यावर ते मध्येच थांबवत म्हणाले, 'मी आता मंत्री नाही' म्हणत सदनाच्या बाहेर गेले.

दुःखाने जर्जर, निवडणूकीत पराभूत

डॉ. आंबेडकरांनी हिंदू कोड बिलाला संसदेत आणून एक दीर्घ प्रक्रियेनुसार वाट पहात राहिले की एक वेळ येईल, ज्यामुळे बिल पास होईल आणि हिंदू व्यवस्थेमधील उणीवा कमी होतील. परंतु कॉंग्रेस सदस्यांच्या वैरभावनेने बिलाला विरोध केला आणि त्यांचे मन दुःखावल्याने ते मंत्रीमंडळाच्या बाहेर पडण्यासाठी धडपडू लागले. संसदेत अधिक वेळ राहाण्यात त्यांना काही अर्थ दिसत नव्हता. त्यांना वाटत होते की हिंदू बिल पास करून हिंदूच्या जीवनात मूल्यांची स्थापना व्हावी. परंतु सुधारणाविरोधी तत्वांनी असा धुमाकूळ घातला की एका प्रबळ आशावादी पुरूषाला मनातून खूचन टाकले.

राजीनामा देवून ते मुंबईला निघून गेले. इथे त्यांनी लोकसभा निवडणूका लढण्यासाठी 'शेड्युल्ड कास्टस् फेडरेशन' आणि समाजवादी पक्षासोबत युती करून निवडणूकीच्या मैदानात उतरले. परंतु जानेवारी १९३२ च्या प्रथम निवडणूकीत ते अंत्यत वाईट रितीने पराभूत झाले. त्यांचा पराभव आश्चर्य आणि चर्चाचा विषय ठरला होता. असे समजले जाते की डॉ. आंबेडकरांनी मुस्लिमांना स्वतंत्र मतदार संघाचे महत्त्व समजावले होते, जे हिंदूना सहन झाले नाही आणि हेच त्यांच्या जबरदस्त पराभवाला कारण ठरले.

त्यानंतर डॉ. आंबेडकरांना मार्च १९५२ मध्ये राज्यसभेवर घेण्यात आले. दुसऱ्या निवडणूकीत ते मे १९५४ मध्ये लोकसभेसाठी नागपुर विभागातील भंडारा-उप-निवडणूकीला उभे राहिले आणि त्यात देखील पराभूत झाले. त्यांनी अंत्यत दुःखी मनाने आपले मत व्यक्त केले. 'स्पृष्य हिंदूच्या बहुमताच्या आधारावर गांधीजी आणि त्यांच्या कॉंग्रेस पक्षाने माझे आणि राजकीय पक्षाचे राजीनाम जीवन समाप्त करून टाकले' हे विधान त्यांच्या दुःखी मनाची आवस्था दर्शवणारेच ठरते.

बौद्ध धर्मानुयायी बनले

डॉ. आंबेडकरांना अपल्या पराभवाची बातमी त्यावेळी वर्तमानपत्रामधून समजली ज्यावेळी ते बुद्ध जयंती कार्यक्रमात भाग घेण्यासाठी रंगूनला गेले होते. पराभवाची बातमी ऐकून ते दिल्लीला परतले.

पराभवाच्या घटनेने ते तुटून गेले होते. मनात एक प्रकारची विरक्ती उत्पन्न झाली होती. कोणत्या मार्गाने जावे याची मनात चलविचल चालू होती. हिंदू धर्माने त्यांना जागोजागी अपमानीत केले होते. परंतु हिंदू धर्माचा त्याग देखील करू इच्छित नव्हते. त्यावेळी म्हणजे १९३५ ला, धर्मांतरावर बोलताना, ते म्हणाले होते की मी हिंदू जन्मलो असलो तरी हिंदू म्हणून मरणार नाही. त्यांना वाटू लागले की ती वेळ आली आहे. दलितांना सोबत घेऊन धर्मांतर करण्याची. असा धर्म जिथे असमानता नसेल आणि ते सर्व सन्मानाने जगतील.

अनेक धर्मांचा अभ्यास करूनही त्यांना कसलाही निर्णय घेता आला नव्हता. तसे पाहिल्यास बौद्ध धम्माकडील त्यांचा कल बालपणापासूनच होता. धर्मांतरासाठी त्यांनी ना घाई केली होती ना कसल्या प्रलोभनाला किंवा दबावाला बळी पडले होते.

त्यांनी कधी एकदा म्हटले पण होते-आम्ही भारताचे मूकनायक आहोत आणि आम्ही अशा कोणत्याही धर्माचा स्वीकार नाही करणार ज्यामुळे आपल्या देशाचे नुकसान स्वीकार करून किंवा विभागणी करून विदेशात निघून जायला कारण ठरेल'

हेच कारण होते की हिंदू धर्माबद्दल हजारो तक्रारी असताना देखील डॉ. आंबेडकरांच्या मनात हिंदू धर्माबद्दल जागा होती. कदाचित यामुळेच ते म्हणाले होते की, 'मला नाही वाटत की देशाचे विभाजन करणारा असे मला कोणी म्हणावे'.

डॉ. आंबेडकरांचा कल बौद्ध धम्माकडे वाढत चालला होता ज्याचं आणखी एक कारण हे पण होते की बौद्ध धम्म हिंदू धर्माच्या जवळचा होता. बौद्धांना हिंदू कायदेच लागू होते. शेवटी १४ ऑक्टोबर, १९५६ रोजी नागपुर या ठिकाणी त्यांनी आपल्या धर्मांतराची प्रतिज्ञा पूर्ण केली.

१४ ऑक्टोबर, १९५६ च्या सकाळी ९ वाजता बौद्ध दीक्षा समोरोहाला

सुरूवात झाली. ज्यात लाखो दलितांनी बौद्ध धम्माची दीक्षा घेतली. धर्मांतराचा सोहळा पहाण्यासाठी हजारो संख्येने सवर्ण हिंदू उपस्थित होते.

बर्मा देशाचे वृद्ध बौद्ध भिक्षू चंद्रमणि महास्थविरने डॉ. आंबेडकरांना त्रिशरण-पंचशीलाचा उच्चार करीत बौद्ध धम्माची दीक्षा दिली. त्यांच्यासोबत त्यांची पत्नी सविता आंबेडकर आणि पुत्र यशवंत आंबेडकरांनी देखील बौद्ध धम्माची दीक्षा घेतली होती. याप्रसंगी अनेक सवर्ण हिंदूने देखील बौद्ध धम्माची दीक्षा घेतली ज्यात औरंगाबादच्या मिलिंद कॉलेजचे प्रिसिंपल श्री चिनीस आणि नागपुर हाइकोर्टाचे माजी न्यायाधीश श्री भवानीशंकर नियोगी इत्यादींचा समावेश होता.

या प्रसंगी अनेक हिंदू दैनिकाने डॉ. आंबेडकरांवर कठोर टीका केली होती की ते दलितांना भ्रमित करीत आहेत ज्यामुळे त्यांना मिळालेले राजकीय अधिकार धर्मांतरानंतर समाप्त होतील.

परंतु डॉ. आंबेडकरांवर विश्वास ठेवणाऱ्या दलितांनी त्यांच्यावर आपला विश्वास कायम ठेवला. डॉ. आंबेडकरांनी त्यांना अनेक अधिकार दिले आहेत. पुढे पण ते असे अधिकार देण्यात समर्थ असतील.

डॉ. आंबेडकर धर्मांतराच्या संदर्भात बोलताना म्हणाले- 'मी ही प्रतिज्ञा केली होती की, मी हिंदू म्हणून जन्मलो असलो तरी मी हिंदू म्हणून मरणार नाही' अशी प्रतिज्ञा २१ वर्षापूर्वीच केली होती ती आज पूर्ण केली. या धर्मांतराने मला खूप आनंद झाला आहे. मला असे वाटते आहे की माझा नवीन जन्म झाला आहे.

...........आणि जीवनाचा अंमित प्रवास संपला

डॉ. आंबेडकर काठमांडू येथे अयोजित बौद्ध धम्म परिषदेत भाग घ्यायला १५ नोंव्हेंबर १९५६ ला नेपाळला आले होते. इथे त्यांनी 'बौद्ध आणि मार्क्स' या विषयावर व्याख्यान दिले. या विषयावर ग्रंथ लिहायला त्यांनी अनेक दिवसापासून घेतला होता. गेल्या अनेक वर्षापासून ते सतत व्यस्त जीवन व्यतित करीत होते. लेखन आणि वाचन त्यांच्या जीवनाचा महत्त्वपूर्ण भाग होता. अनेक नवीन ग्रंथ लिहिण्याचे त्यांच्या मनात होते.

१ ड़िसेंबर, १९५६ ला त्यांनी बुद्धिस्ट आर्ट गॅलरी देखील पाहिली. २ डिसेंबर, १९५६ ला अशोक विहार, दिल्लीत त्यांनी दलाई लामाच्या सन्मानार्थ आयोजित समारोहात भाग घेतला. ३ डिसेंबरच्या संध्याकाळी त्यांनी एक ग्रुप फोटो काढला. त्यात डॉ. आंबेडकर, मिसेस आंबेडकर व त्यांचे सासरे कृष्णराव कबीर आणि डॉ. मावलंकर होते, हा फोटो सविता आंबेडकरांचे बंधू भाई बापू कबीर यांनी घेतला होता.

४ डिसेंबर, १९५६ ला त्यांनी 'द बुद्धा अँड कार्लमार्क्स्' या ग्रंथाचे शेवटचे प्रकरण लिहून टाइप करायला दिले. रोजच्याप्रमाणे ते कार्य करीत होते. भेटायला येणारांना भेटण्याचे काम चालू होते.

५ डिसेंबर १९५६ च्या रात्री जैन नेत्यांचा एक ग्रुप त्यांना भेटायला आला आणि त्यांच्यासोबत त्यांची चर्चा झाली. ती मंडळी डॉ. आंबेडकरांवर अंत्यत प्रभावीत होवून गेली होती. जाण्यापूर्वी त्यांनी 'जैन आणि बुद्ध' हे पुस्तक भेट म्हणून दिले. त्यानंतर रात्री झोपण्यापूर्वी त्यांनी आपले पुस्तक जे टाइपसाठी दिले होते, ते रात्री उशीरापर्यंत तपासले आणि झोपी गेले.

६ डिसेंबर, १९५६ च्या सकाळी चहा घेऊन नोकर आला परंतु त्यांनी तर जीवनाचा प्रवास पूर्ण केला होता. श्रीमती आंबेडकरांनी पाहिले तर त्या जागीच थांबल्या. त्यांच्या महानिर्वाणाची बातमी वाऱ्यासारखी देशभर पसरली. डॉ. आंबेकराचे अंतिम दर्शन घेण्यासाठी नेते आणि अनुयायांनी अलीपुर रोडवर गर्दी करायला सुरूवात केली.

लोक एका सुरात घोषणा देत होते- डॉ. बाबासाहेब अमर रहे।

शंकाच नाही बाबासाहेब अमर आहेत.

त्यांचे पार्थिव मुंबईला आणण्यात आले. ७ डिसेंबर, १९५६ च्या सायंकाळी त्यांचा अंतिम संस्कार बौद्ध विधीयुक्त पूर्ण करण्यात आले. जसे ते म्हणाले होते की ते हिंदू म्हणून जन्मले असले तरी, हिंदू म्हणून मरणार नाहीत, त्यांची इच्छा पूर्ण झाली होती.

.... आणि अशा पद्धतीने संविधान निर्माते आणि 'अधुनिक मनु' ने जीवनाच्या सर्व संकटावर मात केली होती. जगातील अनेक दैनिकानी त्यांना श्रद्धापूर्वक श्रद्धांजली बहाल केली होती.

प्रकरण - पाच

डॉ. आंबेडकरांने म्हटले होते

- 'मला मान्य आहे की स्वतःला उच्च म्हणवून घेणाऱ्या हिंदूसोबत माझे काही मतभेद आहेत. परंतु मी आपल्यासमोर प्रतिज्ञा करतो मी आपल्या देशाच्या रक्षणासाठी स्वतःचा जीव देखील देवू शकतो.'
- मी दलितांच्या राजकीय शूद्रत्त्वाला दूर तर करीलच परंतु सोबतच रक्ताच्या शेवटच्या थेंबापर्यंत संघर्ष करीत राहून त्यांच्यात आत्मसन्माची भावना निर्माण करील आणि भविष्यात हिंदूच्या सामाजिक-राजकीय आणि आर्थिक वर्चस्वाला खपवून घेणार नाही.
- मी ज्या अस्पृष्यांचा प्रतिनिधी म्हणून इथे हजर आहे. त्यांची संख्या हिंदुस्तानच्या एकूण लोकसंख्येचा पाचवा भाग आहे. अर्थात ब्रिटेन आणि फ्रान्सच्या एकूण संख्ये इतका. अशा भारतातील एकूण लोकसंख्येच्या पाचव्या भागाच्या लोकांचा प्रतिनिधी म्हणून मी इथे उभा आहे. ज्यांची स्थिती गुलामापेक्षाही भयंकर घृणित आणि पशुवत जीवन जगणारी आहे, गुलामाचे मालक त्यांना स्पर्श तरी करीत होते, परंतु आम्हाला स्पर्श करणे पाप समजले जाते. ते शतकापासून शोषित आहेत आणि उपेक्षित राहात आला आहे. सरकारे बदलली, राज्य बदलले, परंतु दलितांची स्थिती हालकिची होत गेली. ब्रिटिश सत्तेच्या पूर्वी अस्पृष्यतेमुळे आम्ही घृणित आवस्थेमध्ये होतो. ब्रिटिश सरकारने आमची स्थिती सुधारण्यासाठी काय केले आहे? पूर्वी आम्ही गावातील विहिरीतले पाणि घेऊ शकत नव्हतो, आज देखील तिच स्थिती आहे. काय ब्रिटिशामुळे आम्हाला तो अधिकार मिळाला आहे? ब्रिटिश सत्तेच्या पूर्वी आम्ही मंदीरात जावू शकत नव्हतो आणि आज देखील मंदीराचे दरवाजे आमच्यासाठी बंद आहेत. तर मग ब्रिटिश सरकारने आम्हा अस्पृष्यांसाठी काय केले? पूर्वी आम्हाला पोलिस विभागात भरती केल्या जात नव्हते, काय आता ब्रिटिश सरकार आम्हाला भरती करून घेत आहे? पूर्वी देखील सैनीक म्हणून भरती होत नव्हतो, काय आता सैन्यात सेवा करण्याच संधी दिली जात आहे.
- "मी अस्पृष्य जातीत जन्मलो, यामध्ये माझा काही दोष नाही कारण हे कोणाच्या हातात नसते. परंतु हे माझ्या हातात आहे की मी कोणत्या धर्मात मरावं. म्हणून मी खात्रीनं सांगतो की मी हिंदू म्हणून मरणार नाही."

- लोकांचे चार वर्णात विभागात विभाजन अशक्य आहे. हे यावरून सिद्ध होते की मुळातले चार वर्ण आता चार हजार जातीमध्ये विभागले आहेत. ब्राह्मण, क्षत्रिय, वैश्य, शूद्र असे चार वर्ण आहेत जे प्रत्येक हिंदूच्या मनात एक निश्चित तसेच स्थिर भावनेसहित वास्तव्य करतात. जोपर्यंत हे चार वर्ण त्यांच्या मनात असतील. तोपर्यंत हिंदू उच्च-नीततेची भावना पाहतील आणि त्याप्रमाणे आचरण करतील.
- कोणतेही दोन व्यक्ती एकसारखे नसतात. अर्थात काणत्याही दोन व्यक्तींना एका वर्णात नाही ठेवल्या जावू शकत. कारण की व्यक्तींचे स्वभाव गुण सदैव अस्थिर आणि परिवर्तनशील असतात.
- काँग्रेसचा सदस्य होण्यासाठी आपण खादीची अट घातली. अशीच एक अट अस्पृष्यता निर्मूलनाच्या संदर्भात घालता आली असती. प्रत्येक काँग्रेस सदस्याने एका दलित मुलाला आपल्या घरात ठेवावे, अथवा आपल्या घरी जेवायला बोलवावे. अथवा घराकामासाठी दलित स्त्रीला ठेवावे. यापैकी एक गोष्ट जो कोणी करील त्याला काँग्रेसचे तिकीट दिल्या जाईल अशी अट घालता आली असती.
- या प्रकरणी खलनायक होणे माझ्या वाट्याला आले होते. परंतु ज्याला मी माझे कर्तव्य समजतो, त्यापासून मी विचलीत होणार नाही. मी माझ्या समाजाच्या न्यायोचित हिताचा विश्वासघात करणार नाही. मग मला खुशाल लोखंडी खांबाला फाशी दिले तरी चालेल.
- अस्पृष्यांच्या जीवन-स्तराला उंचावणे, त्यांना नागरी अधिकार देणे, त्यांना आवश्यक साधने उपलब्ध करून देणे आदी गोष्टीसाठी ते म्हणाले की त्यासाठी संघाने आवश्यक पाऊले उचलायला हवीत, नाहीतर हिंदूच्या दृष्टिकोणात परिवर्तन येणार नाही.
- प्रत्यक्ष ईश्वराने जरी येऊन सांगितले की हिंदू धर्माला सोडू नकोस, तर मी त्याचे पण ऐकणार नाही.
- वर्णभेदाने सार्वजनीक भावना मारल्या आहेत. वर्णभेदाला जाती-पातीच्या खाली दडपून टाकले आहे आणि सदाचाराला जाती-पातीत जखडून ठेवले आहे.

- वर्णभेदाने हिंदूधर्माला प्रसारित होण्याला आणि दुसऱ्या धर्माला आपल्या धर्मात येण्यापासून रोखले आहे. जोपर्यंत वर्णभेद आहे. हिंदू धर्म प्रचारक धर्म नाही बनू शकणार आणि 'शूद्धि' आंदोलन एक मूर्खपणा आणि निरर्थक प्रयत्न ठरेल. आणि नंतर म्हणाले- जोपर्यंत वर्णभेद आहे. तोपर्यंत कसलेही संघटन होणार नाही आणि जोपर्यंत संघटन होणार नाही तोपर्यंत हिंदू दुर्बल आणि दबलेले बनतील.
- ज्या धर्मामुळे तुम्हाला खालचा दर्जा मिळाला आहे. तो वर्म उच्च वर्गाच्या मते सनातन ओहत. तुम्हाला नेहमीच खाली रहावे लागेल.
- या अन्यायाचा प्रतिकार तुम्ही करू शकत नाही, कारण तुमच्याजवळ मनुष्य बळ नाही. द्रव्य-बळ नाही आणि मनोबल नाही, सामर्थ्यांशिवाय प्रतिकार नाही होवू शकत आणि ते सामर्थ्य तुमच्याजवळ आज नाही. आता ही गोष्ट स्वयं सिद्ध बनते की तुम्हाला हे सामर्थ्य बाहेरून प्राप्त करावे लागेल. धर्मांतर केल्याशिवाय दुसऱ्या समाजाचे सामर्थ्य तुम्हाला मिळू शकत नाही.

  हिंदू तुम्हाला परक्यापेक्षाही परके समजतात, शत्रुत्वपूर्ण वातावरणात राहून तुमचे काय कल्याण होणार आहे? एक मनुष्य दुसऱ्या मनुष्याला इतकं अपवित्र समजतो की त्याला स्पर्श देखील करीत नाही. अशी प्रथा हिंदू धर्म आणि हिंदू समाजाशिवाय इतर कोठेतरी असेल काय? अस्पृष्यता हिंदू धर्मावरील कलंक आहे, असे काहीजण म्हणतात, परंतु हिंदू धर्म कलंकीत आहे, असं एकही हिंदू म्हणत नाही. कलंकीत आहेस, अपवित्र आहेस, असे मात्र सर्वच हिंदू समजतात. तुमच्यापैकी जे मुसलमान किंवा ख्रिश्चन बनेल; त्यांना हिंदू लोक अस्पृष्य समजत नाहीत. तुमची अस्पृष्यता तसेच असमानतेसाठी जर कोणते कारण असेल तर ते आहे तुमचे हिंदू धर्मात असणे. ज्या धर्मात मनुष्याच्या मनुष्यतेला मूल्य नाही. तो धर्म कोण्या कामाचा?
- ईस्लाम किंवा ख्रिश्चन धर्म स्वीकारल्याने त्यांच्या दलिताच्या राष्ट्रीयत्त्वामध्ये फरक पडेल. ईस्लाम धर्म जरी स्वीकारला तरी मुस्लिमाची संख्या देशात अचानक दोनपट होवून जाईल आणि त्यामुळे ईस्लामी राजवटीचा धोका निर्माण होईल. अशाप्रकारे ख्रिश्चन धर्म स्वीकारला तर देशात ख्रिश्चनांची संख्या वाढेल आणि याचा थेट फायदा ब्रिटिश सरकारला होईल. याउलट आपण शिख धर्म स्वीकारला तर त्यांची राष्ट्रीयता तसेच संस्कृती कायम

राहील. ज्यामुळे आपल्याला देशाच्या राजकीय प्रगतीमध्ये सहभागी होवून मदत करतील.

- उदासिनतेपेक्षा मोठा आजार असू शकत नाही. हिंदू इतके उदासिन कसे आहेत? माझ्या मते हा उदासिनता वर्णभेदाचाच परिणाम आहे. वर्णभेदाने एखाद्या कार्यासाठी संघटीत आणि सहकार्य या गोष्टी अशक्य करून टाकल्या आहेत.
- ब्राह्मणवाद आणि भांडवलाशाही हे दोघे कामगारांचे शत्रू आहेत. परंतु हे दोघे समता, स्वातंत्र्य आणि बंधुतेच्या विरोधात आहेत.
- मी विधानपरिषदेत का आलो? यामुळे की अस्पृष्य वर्गाच्या हिताचे रक्षण करू शकू. यापेक्षा मला जास्त कशाचा आनंद होईल की इतकी मोठी जबाबदारी माझ्यावर सोपवली आहे, ज्याची मला कल्पना देखील नव्हती. मला आश्चर्ययुक्त धक्का त्यावेळी बसला ज्यावेळी मसुदा समितीवर मला नियुक्त करून माझ्यावर विश्वास दर्शवला आणि हे काम करून सेवा करण्याची संधी दिली. त्यासाठी मी त्यांच्याबद्दल कृतज्ञता व्यक्त करतो.
- आपण हिंदू व्यवस्था, हिंदू संस्कृती आणि हिंदू समाजाचे रक्षण करू इच्छितो, तर त्यात ज्या विकृती आल्या आहेत. त्या कमी करण्यासाठी थोडे पण मागे-पुढे नाही पाहिले पाहिजे. हिंदू कोड बिल हिंदू व्यवस्थेमधील केवळ त्याच गोष्टींना दुरूस्त करू इच्छिते ज्यात विकृती आली आहे.
- स्पर्श हिंदूच्या बहुमताच्या आधारावर गांधीजी आणि त्यांच्या काँग्रेसचे माझे आणि माझ्या पक्षाचे राजकीय जीवन समाप्त केले आहे.
- आपण भारताचे मूळनिवासी आहोत आणि म्हणून आपण असा कोणताही धर्म स्वीकारू शकत नाही, जो आपला देशाला विभाजीत करेल किंवा या ठिकाणचे घेऊन परदेशात निघून जाईल.
- मला असे वाटत नाही की भारतात माझे नाव खलनायक म्हणून पुढे यावे.
- मी अशी प्रतिज्ञा केली होती की, जर मी हिंदू म्हणून जन्मलो असलो तरी हिंदू म्हणून मरणार नाही. अशी प्रतिज्ञा मी आपल्यापासून २१ वर्षापूर्वी केली होती आज तिला पूर्ण करताना पहातोय. या धर्मांतरामुळे मला खूप आनंद झाला आहे. मला असे वाटू लागले की माझा नवीन जन्म झाला आहे.

- माझ्या समाजबांधवानो! तुम्ही कॉंग्रेसचे चार आण्याचे देखील सदस्य होवू नका. (निवडणूकीत पराभव झाल्यावर डॉ. बाबासाहेब आंबेडकरांनी केलेल्या भाषणातील एक ओळ)
- कोणत्याही देशाचे संविधान किती का चांगले असे ना, ते अमलात आणणारे चांगले नसतील, तर मग ते संविधान देखील चांगले असून काय कामाचे.
- हजारो वर्षापासून बहुजन समाजाला शिक्षण व धन-संपत्ती न बाळगण्याचा अधिकार देणारी मनु-व्यवस्था लागू आहे. तर मग बहुजन समाज या अटी कशा पूर्ण करू शकेल? आज देखील कॉंग्रेसची सूत्रे त्यांच्या हातात आहेत, जे मनुस्मृतीच्या आधारावर घृणित व्यवस्थेचे समर्थक आहेत.
- राज्यघटना मी दलित - शोषित समाजाचे हित लक्षात घेऊन लिहिले आहे. संविधान लागू करणारांची नियत ठीक नसेल तर दलित-शोषित समाजाचे कल्याण नाही होवू शकत. आपण पाहिले आहे की इंग्रज गेल्यानंतर ज्यांच्या हातात सत्ता आली, त्यांची नियत ठीक नाही.
- आरक्षणाला योग्य पद्धतीने लागू केल्यावर हा दडपलेला समाज सवर्णाच्या बरोबरीला येऊ शकेल.
- आपल्या लोकांसाठी मी तमाम कष्ट सहन करून जे काही प्राप्त केले आहे, त्यासाठी मला कॉंग्रेस, गांधी आणि त्यांच्या शिष्यांसोबत पाऊलो-पाऊली संघर्ष करावा लागला.
- या देशात जितक्या म्हणून मागास जाती आहेत, त्यांच्या उद्धारासाठी कोणत्याही पक्षाचे सरकार बनो, त्यांची जबाबदारी आहे की त्यांनी एक कमिशन स्थापन करावे.
- १५ टक्के लोकांनी समाजाची विभागणी करून आजपर्यंत ८५ टक्के लोकांवर राज्य केले आहे. त्यांचे काम तोडणे असून आपले काम जोडणे आहे. जातीच्या आधारावर तोडलेल्या लोकांना जोडून आपण शक्तीशाली होवून देशातील मनुवादी व्यवस्थेला उखडून फेकणेच आपला उद्देश आहे.
- दलित - शोषित समाजाच्या भूमिहीन लोकांना खेतीसाठी जमीन देण्यासाठी इंग्रज तयार होते. इंग्रज 'सेपरेट सेटलमेंट' साठी देखील तयार झाले होते, ज्यामुळे आपल्याला आपली स्वतंत्र गावे वसवता येतील, ज्यात आपण

करोडोच्या संख्येने एकत्र राहिलो असतो आणि स्वतःच्या बळावर आपले प्रतिनिधी (एम.एल.ए.) एम.पी. आदी निवडून पाठवू आणि स्थानीक प्रशासन लोकल सेल्फ गव्हर्नमेंट' स्वतः चालवले असते. ही गोष्ट इंग्रजांनी देखील स्वीकारली होती. परंतु आजच्या स्वतंत्र भारताचे सरकार मान्य करीत नाही. (१८ मार्च, १९५६ ला आगऱ्यात डॉ. बाबासाहेबांनी दलित-शोषित समाजाच्या एका जाहीर सभेत रडत केलेले विधान) गुलामाला तो गुलाम असल्याची जाणीव करून द्या, तो जागे होवून विद्रोह करील.

- आपण आपल्या उद्दिष्टावर अखंड विश्वास ठेवायला हवा. आपले लक्ष्य उत्तम आहे आणि आपले ध्येय (मिशन) सर्वोच्च तसेच गौरवशाली आहे, ते धन्य आहेत, जे आपल्या त्या समाज बांधवाबद्दल, ज्यांच्यात त्यांनी जन्म घेतला आहे. आपल्या कर्तव्य पालनाबद्दल पूर्णता जागृत आहेत. ते महान आहेत जे आपला वेळ, आपली विद्वता तसेच आपले सर्वस्व दास्यमुक्तीसाठी अर्पित करीत आहेत. गौरवशाली ते आहेत, जे दास्यतेने जखडलेल्या लोकांच्या स्वातंत्र्यासाठी महान संकट, ह्रदय विदारक अपमान, काळाचा झंझावात आणि आणि जोखीमा असताना तोपर्यंत संघर्ष करीत रहातात, जोपर्यंत पद-दलित आपले मानवी अधिकार प्राप्त नाही करत.
- मनुवाद्यांना कसलाही अधिकार नाही की त्यांनी दलितांचे नेतृत्व करावे. कारण की ते कधीही दलितांचे कल्याण करू शकत नाहीत. समाजाच्या समतावादी रचनेला तोच व्यक्ती योग्य दिशा देवू शकतो ज्याने स्वतः अपमान व दारिद्र्यात जीवन घालवले आहे.
- मी लाहोरमध्ये जरी व्याख्यान देत असलो तरी मी पेशव्याच्या मुंबई-पुणे येथिल रहिवासी आहे. इथे ज्यावेळी मी ब्राह्मण म्हणेल त्यावेळी तुम्ही कदाचित कोळी किंवा स्वयंपाकी याची कल्पना कराल. मी जेथून आलो आहे. ती पेशव्यांची धरती आहे, जे शासक आणि आमच्या लोकांचे भाग्य धिवाता आहेत आणि तिथे परिस्थिती अगदीच उलटी आहे. घोर विषादजनक! आमचा समाज केवळ बहिष्कृतच नाही तर आमची सावली देखील ब्राह्मणांच्या रस्त्यांना चालत नाही. अस्पृष्यांना थुंकण्यासाठी गळ्यात गाडगे आणि रस्ता साफ व्हावा म्हणून कमरेला झाडू चालायला विवश करण्यात आले. (जातीचे उच्चाटन या पुस्तकातून)

- राजकीयदृष्ट्या उदासिन असणे हे आपल्या अधिकाराबद्दल उदासिन असणे आहे. मागास जाती संघटीत होवून राजकीय सत्ता प्राप्त करू शकतात आणि आपल्या मुक्तीचा दरवाजा स्वतः उघडू शकतात.
- काँग्रस केवळ राजकीय स्वातंत्र्याची गोष्ट करते, परंतु मी तर दोन हजारापासून मानवी अधिकारापासून वंचित, गुलामीचे जीवन जगणाऱ्या दलिताच्या स्वातंत्र्याची आणि त्यांच्या मानवी अधिकाराची गोष्ट करतोय. आपण या गोष्टीला आपल्यासोबत करण्यात येत असलेला जबरदस्त विश्वाघात समजू. जर आपण आपल्या लोकांना त्या लोकांच्या दयेवर सोडले, ज्यांनी आपल्या दुःखाची आणि कष्टाची पर्वा केली नाही आणि ज्यांच्या ऐश्वर्याच्या इमारती आपले पतन आणि आपला विनाश याच्या आधारावर उभ्या आहेत.
- महात्माजी! हे ठीक आहे की आपण माझ्या जन्मापूर्वीच अस्पृष्यांच्या समस्यांच्या संदर्भात विचार करायला सुरूवात केली होती. सर्व जुने आणि वयोवृद्ध आपले म्हणणे खेर आहे हे ठाणकावून सांगण्यासाठी वयावर जोर देतात. हे खरे आहे की तुम्ही सांगितल्यावर काँग्रेसने या प्रश्नावर लक्ष द्यायला सुरूवात केली आहे. परंतु मी स्पष्ट आणि जाहीरपणे सांगतो काँग्रेसने अस्पृष्यांच्या समस्येला मान्यता देण्याशिवाय दुसरे काहीही केलेले नाही. काँग्रेस जे बालले आहे, ती तिच्या शब्दावर ठाम नाही आहे. काँग्रेस अस्पृष्यांच्या प्रश्नावर गंभीर असती, तर तिने काँग्रेसचा सदस्य बनण्यासाठी खादी वापरण्याची अट न घालता अस्पृष्यता न पाळण्याची अट घातली असती. (१४ ऑगस्ट, १९३१ ला गांधीजीसोबत चर्चा करताना मांडलेले विचार)
- माझ्या शोषित व गरीब बांधवानो! मी तुमच्यासाठी जे काही केले आहे, ते अनंत अडचणी, अंत्यत दुःख आणि तीव्र विरोधाचा सामना करीत केले आहे. ही चळवळ आज ज्या ठिकाणी आहे त्या ठिकाणी मी तिला मोठ्या कष्टने आणले आहे. तुमचे कर्तव्य आहे की ही चळवळ सतत पुढे चालत राहावी. मग अनेक संकटे का येईनात, माझ्या अनुयायांना ही चळवळ पुढे जरी नेता आली नाही तरी तिला तिथेच राहू द्या. पण कोणत्याही परिस्थितीत मागे घेऊन जावू नका. आपल्या लोकांना हेच माझे सांगणे आहे.

  (६ डिसेंबर, १९५६ ला मृत्यूपूर्वी व्यक्त केलेले विचार)
- Political power in this country has too long been monoply

of a few and the many are not only the leabls of burden, but also beasts of prey. the monopoly has not merely deprived them of their chances of betterment it has rapped them of what may be called the significance of life. these downtrodden classes are tried of being governed. they are impatient to govern themselves. This urge for self realisation in the downtrodden classes must not be allowed to develope into a class struggle or class - war. It would lead to division of House. That would, indeed be a day of disaster. Therefore, the sooner room is made for the realisation of theie aspiration the bettre for thr few, the bettfr for the country the bettre for the maintenance of its - democratic structure. This can only be done by the establishment of equality and fraternity in all spheres of life.

- ज्यांना स्पृष्य करणे पाप आहे, ज्यांना प्राण्यापेक्षाही हालाकीचे जीवन जगायला भाग पाडले, ज्यांच्यासाठी मंदीरात जावून अश्रू गाळायला बंदी आहे, त्यांची मुक्ती केल्याशिवाय, त्यांना जगण्याचा अधिकार देण्याशिवाय, भारताच्या स्वातंत्र्याला काही अर्थ असणार नाही.
- मी गांधीजींची घृणा तर करीत नाही. परंतु त्यांना मी पसंत देखील करीत नाही. ते न आवडण्याचे कारण हे आहे की मी देशाला सर्वोच्च मानतो. त्यामुळे देशाच्या आड गांधीजीच काय पण कोणीही आले तरी मी त्याला सोडणार नाही.
- धार्मीक मुद्दा असा पहाड होता, ज्यावर आदळून भारतीय 'गोलमेज परिषद' चे जहाज तुकडे-तुकडे झाले. संमेलन भंग पावले. कारण अल्पसंख्याक आणि अल्पसंख्यकांचा आग्रह होता की स्वराज्य मिळण्यापूर्वी त्यांना सुरक्षा प्रदान केल्या जावी आणि त्यांना विधान संभेवर विशेष प्रतिनिधीत्व दिल्या जावे.
- सगळेच मान्य करतात की शिख आणि मुसलमानांची परिस्थिती राजकीय, सामाजिक आणि आर्थिकदृष्ट्या प्रगत आहे. गोलमेज संमेलनाच्या पहिल्या अधिवेशनात मुस्लिमांना मान्यता देण्यात आली आहे आणि त्यांच्यासाठी

राजकीय सुरक्षेची सिफारिश केल्या गेली आहे. कॉंग्रसने त्यांच्या मागण्या मान्य केल्या आहेत. त्या अधिवेशनाने दलित वर्गाच्या राजकीय अधिकाराला देखील मान्यता दिली आहे आणि त्यांच्यासाठी राजकीय संरक्षण आणि पुरेसे प्रतिनिधीत्त्व देण्याची सिफारिश देखील केली आहे. माझ्या मते हे संरक्षण दलित वर्गासाठी फायदेशीर आहे.

- मी पूर्ण जोशाने म्हणतो आहे की जो कोणी विशेष अधिकार मागतो आहे आणि जो कोणी त्यांना द्यायला तयार आहे, तो माझ्या वाट्याला कधीही असणार नाही.
- ..... गांधीजींची ही काही नैतीक लढाई नाही आहे. केवळ राजकीय उठाठेव आहे...... मी स्वतंत्र मतदार संघाचा अधिकार सोडणार नाही. त्यामुळे जर परिस्थिती बिघडत असेल तर बिघडो.
- जी मंडळी माझ्यासोबत चर्चा करू शकत नाहीत, ना माझ्याकडून काही गोष्टी मान्य करून घेऊ शकतात. त्यांनी एकतर चर्चा करायला हवी किंवा माझ्यासोबत लढायला हवे. गांधीला माहीत आहे किंवा नाही पण त्यांच्या अमरण उपोषणाचा परिणाम यापेक्षा वेगळा होणार नाही की संपूर्ण देशात त्यांचे अनुयायी अस्पृष्य जातीवर अत्याचार करतील. ते रूढीवादी आणि नियंत्रणाबाहेरची परिस्थिती निर्माण करू लागले आहेत. त्यांना असे घडू नाही असे वाटत असेल तर त्यांनी आपल्या निर्णयावर पुनर्विचार करायला हवा आणि अमरण उपोषणाच्या भयंकर परिणामाकडे लक्ष द्यायला हवे.
- मला नेहमीच असे वाटले की धार्मीक निर्णय (Communal Award) च्या विरोधात गांधीजींच्या उपषोणा मागे प्रेरणा ही नव्हती की ते अस्पृष्यांच्या बेड्या तोडू इच्छितात तर ही होती की ते हिंदूना बर्बाद होण्यापासून वाचवू इच्छित होते. कोणत्याही किमतीवर त्यांना हे करायचेच होते, मग ते अस्पृष्यांचे राजकारण का असेना. 'धार्मीक निर्णया' ना त्यांची अस्वीकृती तशीच होती, जसे की गृहयुद्धानंतर दक्षिण अमेरिकेत राहाणाऱ्या लोकांकडून निग्रोंचे मानवाधिकारांची अस्वीकृती.
- ही खेदजनक गोष्ट आहे की प्रो. मॅक्समूलर कधी भारतात नाही आले. तत्व आणि व्यवहारात किंती फरक असतो. हे पाहिल्यानंतर यातला फरक कदाचित लक्षात येईल. फरक त्या ब्रह्मतत्वांना न जुमानता आहे, ज्याचा दाखला देत

ब्राह्मण हे सांगतात की ईश्वर चराचरात व्याप्त आहे. अशारितीने ईश्वराचा वास दलितांमध्ये आहेच, तर मग त्यांच्या संदर्भात इतका घृणित व्यवहार का?

- २६ जानेवारी, १९५० मध्ये आपण विसंगत जीवनात प्रवेश करणार आहोत. राजकीय समानता मिळेल परंतु सामाजिक-आर्थिक जीवनात सामाजिक तसेच आर्थिक कुप्रथेमुळे आपल्याला विषमताच मिळेल. राजकीय जीवनात आपण 'एक-व्यक्ती, एक-व्होट, एक-मूल्य' ही सामनता स्वीकारू. परंतु सामाजिक-आर्थिक कुप्रथेमुळे आपण 'एक-व्यक्ती, एक-मूल्य' या सिद्धांताचा स्वीकार नाही करू शकणार. आपण किती दिवस असे विसंगत जीवन जगणार आहोत? किती दिवस आपण सामाजिक - आर्थिक असमानतेचा स्वीकार करणार आहोत.
- समता, स्वातंत्र्य, न्याय तसेच बंधुत्वाच्या आधारावर अधिष्ठित सामाजिक व्यवस्थेच्या जीवनालाच-लोकशाही म्हणतात. भारतात समतेचा पूर्ण अभाव आहे. राजकारणात आपल्याला समता दिसते. परंतु सामाजिक तसेच आर्थिक जीवनात विषमताच ठासून भरलेली आहे. आपण ही विषमता तात्काळ नष्ट केली पाहिजे.
- सामाजिक दुःखाच्या तुलनेत राजकीय दुःख काहीच नाही. जो समाजसुधारक समाजाला अवाहन करीत आहे, तो गव्हर्नमेंटला विरोध करणाऱ्या राजकीयतज्ज्ञापेक्षा कितीतरी जास्त धाडसी आहे.
- केवळ जिवंत रहाणे म्हणजे मोठी गोष्ट नाही. महत्वाचा मुद्दा जिवंत राहाण्याच्या पातळीचा आहे. कोणताही मनुष्य गुलाम बनून राहू शकतो, कोणी भित्रेपणाचं जीवन जगू शकतो, कोणी संघर्ष करीत जीवन जगू शकतो. जिवंत राहाण्याच्या अनेक पातळ्या असू शकतात. परंतु सर्वच समान स्वरूपात सन्माननीय नसतात. व्यक्ति आणि समाजासाठी केवळ जिवंत राहाण्यात आणि सन्मानाने जिवंत राहाण्यात खूप फरक आहे. अधिकारासाठी संघर्ष करण्यात तसेच आत्मसन्माने जगणे, एक प्रकारची जीवन पातळी आहे. संघर्षाने पराभूत होवून कैदी जसं जीवन जगतो, वेगळ्या प्रकारची जीवन पातळी आहे.
- आम्ही तळ्यावर यामुळे जावू इच्छितो की आम्ही इतरांप्रमाणे मनुष्य आहोत. आम्ही हिंदू -धर्माचा भाग आहोत की नाही हे एकदा आम्हाला सांगण्यात यावे. ज्या तलावावर अमंगल पशु पाणि पिऊ शकतात. स्नान करू शकतात,

त्या तलावात मानवी प्राण्यालाच पाणि का पिता येऊ नये. याचे मुख्य कारण 'मनुस्मृती' आहे.

(महाड जन सत्याग्रह या प्रसंगी)

- प्रश्न हा आहे की अस्पृष्य जाती मंदीर प्रवेश करू इच्छितात किंवा नाही. यावर अस्पृष्य जाती दोन प्रकारे विचार करू लागल्या आहेत. पहिले हे की भौतीक दृष्टिने अस्पृष्य जाती आपलया उन्नतीसाठी उच्च शिक्षण, उच्च नोकरी आणि जीवन निर्वाहासाठी सशक्त साधन आवश्यक समजतात. ते एकदा सामाजिक स्तरावर प्रतिष्ठित झाले. तर मग त्यांच्याबद्दल कट्टर हिंदूच्या धार्मिक दृष्टिकोणात निश्चित पद्धतीने परिवर्तन होईल.
- ...... या दृष्टिने अस्पृष्याचे म्हणणे आहे की ते आपला वेळ तसेच शक्ती मंदीर प्रवेशासारख्या निरर्थक गोष्टीवर वाया घालवणार नाही. ते यासाठी का नाही लढू इच्छितात. याचे दुसरे कारण हे आहे की त्यांच्यात आत्मसन्मानाची भावना देखील आहे. कारण की काही काळापूर्वी भारताच्या युरोपीय क्लबवर असे बोर्ड लावलेले आहेत. फरक फक्त इतकाच आहे की सर्व हिंदू आणि कुत्र्यासहित सर्व प्राण्यांना आत येण्यास परवानगी आहे. ज्यावेळी हिंदू लोक युरोपीयनच्या क्लबमध्ये जाण्यासाठी भीक मागत नव्हते तर मग अस्पृष्यांनीच मंदीरात प्रवेश करण्यासाठी भीक का मागायला जावे?
- मंदीराचें दरवाजे अस्पृष्यांसाठी उघडणे किंवा न उघडणे, हा हिंदूसाठी विचारप्रवण विषय आहे. माझ्यासाठी आंदोलनाचा नाही, हिंदू जर समजत असतील की मानवाच्या व्यक्तिमत्त्वाच्या पावित्र्याला अपमानित करणे वाईट गोष्ट आहे; तर मंदीराचे दरवाजे उघडण्यात यावे आणि एक चांगले व्यक्ती बनावं. एक चांगला माणूस होण्याऐवेजी ते हिंदू होणे पसंत करतील. तर त्यांनी मंदीरात दरवाजे बंद करावेत. कारण अस्पृष्य समाजाला तिथे जाण्यात काही जास्त रस नाही.
- दुर्दैवाने माझा जन्म अस्पृष्य समाजात झाला. हे माझ्या हातात नव्हतं, परंतु धर्मात राहायला नकार देणे माझ्या हातात आहे. मी तुम्हा लोकांना विश्वास देतो आणि प्रतिज्ञा करतो क़ी मी हिंदू म्हणून मरणार नाही.
- हिंदू धर्मात व्यक्तीला कसलीही किंमत नाही. हिंदू धर्माची रचना पूर्ण व्यवस्थेवर आधारीत आहे. एका वर्णाने दुसऱ्या वर्णावर कसा व्यवहार करावा, याचे

वर्णन त्यात आहे. व्यक्तीचं जीवन स्वतंत्र असतं, त्याचं जीवन समाज सेवेसाठी नाही. तर आत्मोन्नतीसाठी आहे. ज्या धर्मात एका वर्णान शिक्षण घ्यावं, दुसऱ्याने शस्त्र हाती घ्यावेत, तिसऱ्याने व्यापार करावा आणि चवथ्या वर्णानं फक्त सेवा करावी, असे सांगण्यात आले आहे, तो धर्म मला मान्य नाही. जो धर्म एकाला 'सज्ञान' बनवतो तर दुसऱ्याला 'अज्ञान' तो धर्म नसून लोकांना गुलामीत ठेवण्याचे षडयंत्र आहे. जो धर्म एका हातात शस्त्र देवून दुसऱ्याला निःशस्त्र बनवतो, तो धर्म नसून एकाकडून दुसऱ्याला विवश ठेवण्याची हुशारी आहे. जो धर्म काही लोकांना धन संचयाचा मार्ग मोकळा ठेवतो आणि इतरांना जीवन-निर्वाहासाठी त्यांच्यावर अवलंबून राहाण्याची आज्ञा देतो, तो धर्म नसून एक स्वार्थीपणा आहे. आपल्याला आपल्या गुलामीचा खात्मा करावा लागेल, त्यासाठी कोण्या परमात्म्यावर किंवा आवतारी पुरूषावर विश्वास ठेवू नका! आपली मुक्तता सामाजिक तसेच राजकीय शक्तीमध्ये आहे, कोणत्या तीर्थस्थानी, पूजापाठ आणि भक्तीत नाही. शास्त्रामधील भक्ती पाहिल्याने तुम्ही लोकांची गुलामी तसेच गरिबीतून मुक्त होणार नाही. तुमच्या वाडवडिलांनी तेच केले, परंतु त्यांचा काही फायदा झाला नाही, ना आपल्या दुःखात काही घट झाली. आपण आपल्या वाड-वडिलाप्रमाणेच फाटक्या कपड्यात आहोत. खरकट्या अन्नावर जगत आहोत. गटाराच्या किणारी झोपड्या बांधून रहात आहोत, ज्यामुळे कोणत्याही आजाराला बळी पडून मृत्यूच्या दाढेत जात आहोत, आपले धार्मीक व्रत, विश्वास आणि तपस्या आपल्याला उपासमारी आणि गुलामीपासून वाचवू शकत नाही.

- आपण जर भारत देशात लोकशाहीची स्थापना करणार असू तर मतदानाचा अधिकार, शिकलेल्या, श्रीमंत तसेच सन्माननीय व्यक्तीलाच न देता भारतातील समस्त वयात आलेल्या नागरीकांना द्यायला हवा. तरच आपण देशात योग्य पद्धतीने लोकशाहीची स्थापना करू शकू. आपण जर मतदानाचा अधिकार केवळ शिकलेल्या, श्रीमंत तसेच सन्मानीत व्यक्तींनाच दिला तर देशाचे मुलनिवासी (ज्यांच्याजवळ शिक्षण, धन तसेच सन्मान नाही) वर घोर अन्याय होईल. कारण ज्या व्यक्तीला शिक्षण नाही त्यासाठी तो व्यक्ती दोषी नाही, तर त्यासाठी ही मनुवादी व्यवस्था दोषी आहे, ज्यामुळे त्यांना शिक्षण घेण्याचा अधिकार नव्हता. ज्याच्याकडे धन नाही, त्याला ती व्यक्ती, व्यक्ती दोषी

नाही, ती मनुवादी व्यवस्था दोषी आहे, ज्यामुळे तिला धनसंचय करण्याचा अधिकार नव्हता. ज्याच्याकडे मान-सन्मान नाही त्यासाठी ही व्यवस्थाच दोषी आहे, ज्यामध्ये केवळ व्यक्तिला अपमानीत करण्याचीच शिकवण आहे.

- तुम्हाला जर हिंदू व्यवस्था, हिंदू संस्कृती आणि हिंदू समाजाची रक्षा करायची असेल, तर त्यात ज्या विकृती उत्पन्न झाल्या आहेत, त्या दुरूस्त करण्यासाठी थोडेपण मागे हटू नका. हिंदू कोड बिलाद्वारे केवळ त्याच दोषांना दूर करणे आहे जिथे ते झाले आहे, त्यापेक्षा जास्त नाही.
- राजकीय सत्ता एक अशी चावी आहे, जिने मुक्तीचे सर्व दरवाजे उघडू शकतात. सारी सामाजिक प्रगती राजकीय सत्तेवर अवलंबून आहे. राजकीय सत्ता सामाजिक प्रगतीचे मुख्य द्वार आहे. जर अनुसूचित जाती तसेच मागास जातीने स्वतःला एक तिसरी शक्ती म्हणून संघटीत केले आणि काँग्रेस तसेच समाजवादी दोन्ही विरोधी विचारधारेच्या दरम्यान एक तिसरी शक्ती म्हणून उदयास आलो तर त्यामुळे या देशाची राजकीय सत्ता प्राप्त करून आपल्या मुक्तीचे दरवाजे उघडू शकतो. ही खरोखरच आश्चर्याची गोष्ट आहे की, अनुसूचित जाती तसेच मागास जातींची संख्या या देशात जास्त आहे, तरीपण त्या सवर्णांची गुलाम बनली आहे.
- तुम्हाला जर कोणी महालात बोलावले तर तुम्ही आनंदाने जावू शकता, परंतु जायचेच असेल तर किमान स्वतःच्या झोपडीला आग लावून जावू नका. कारण जर एखाद्या दिवशी राजाने बाहेर काढले तर कोठे राहाणार? तुम्हाला स्वतःची विक्री करून घ्यायची असेल तर, खुशाल करा, परंतु स्वतःचे संघटन बर्बाद करू नका. मला आपल्याच लोकांची जास्त भीती वाटते.
- संताने देखील कधी जाती आणि अस्पृष्यतेच्या विरोधात आंदोलन नाही केले. ते व्यक्तींमधील परस्पर संघर्षाबद्दल उदासिन राहिले. ते फक्त मनुष्य आणि ईश्वर यामधील नात्याबद्दलच जागृत राहिले. त्यांनी मानवांना समतेचा उपदेश नाही केला.
- गांधीजी अर्थात महात्म्याचा वर्णाबद्दलचा दृष्टिकोण वैदिक वर्णाची खिल्ली उडवणे हा आहे. त्याला घृणास्पद देखील बनवणे आहे. वर्ण आणि जाती दोन स्वतंत्र विचार आहेत. वर्ण जन्मावर आधारीत आहे. दोघे एकदम वेगळे आहेत. जसे की खडू आणि पनीर. खरे सांगायचे तर दोघामध्ये एक

प्रकारचा अंटिथेसिस आहे. महात्मा जर प्रत्येक व्यक्तीने आपल्या वाड-वडिलांचा व्यवसाय करावा याचे समर्थन करीत असतील तर ते निश्चितच जाती-व्यवस्थेचं समर्थन करीत आहेत आणि त्याला वर्ण-व्यवस्था असे नाव देवून ते केवळ अर्थाचा अनर्थच करीत नाहीत तर भयानक गोंधळ निर्माण करीत आहेत.

- मी हिंदू आणि हिंदू धर्माची यामुळे घृणा करतो की, त्यांचा तिरस्कार करतो, कारण की मला खात्री आहे की त्यांनी चुकीच्या धारणा बाळगल्या आहेत आणि हिंदूधर्माबरोबरचे मतभेद त्यातील सामाजिक आचारामध्ये उणीवा आहेत म्हणून नाही. हे भांडण जास्त करून सिद्धांताच्या संदर्भातले आहे, आदर्शाच्या संदर्भातले आहे.
- The untouchables are not only community in India which thinks of Mr. Gandhi in these terms. The same view of Mr. Gandhi is entertained by the Muslims, the sikhs and the Indian christians. As a matter of fact, the Hindus and the Indian chrisitians should cogitate over the question and ask: Why no community trusts Mr. Gandhi although he has been saying that he is the friend of the muslims, sikhs and the scheduled castes and what is the reason for this distrusts. In my judgement, there cannot be a greater tragedy for a leader to be distrusted by eveytbody as Mr. Gandhi is............

  (Dr. B.R. Ambedkar in the Preface of .... book ``what congress and Gandhi have done to the untouchables`` in 1945, 24th June.)
- ऋग्वेदाच्या पुरूष सूक्ताव्यतिरिक्त इतर तीन वेदांमध्ये 'शूद्र' शब्दाचा उपयोग कुठे आढळत नाही.
- माझ्या वडिलांच्या गरिबीमुळे मला असे काही सुख मिळाले नाही. माझ्या जीवनात मी जितके कष्ट सहन केले आहे, तितके कोणीही केले नसेल. म्हणून गरिबांचे जीवन कशाप्रकारे कष्टदायक असते हे मी चांगल्याप्रकारे जाणतो. आर्थिक दृष्टिकोण समोर ठेवून आपले आंदोलन चलायला हवे आणि मी देखील या गोष्टीच्या विरोधात नाही की आपली आर्थिक उन्नती

व्हायला हवी. म्हणून मी आजपर्यंत आपल्या लोकांच्या आर्थिक आणि मानसिक उन्नतीसाठी संघर्ष करीत आहे. इतकेच नाही, तर संपूर्ण माणवांची उन्नती व्हायला हवी.

- आपल्या मनाचा विकास करण्यासाठी आपण आंदोलन केले. मी शिक्षण कशाप्रकारे प्राप्त केले? मी गरिबीमुळे लंगोट लावून शाळेत जात होतो. मला पाणि देखील प्याला मिळाले नाही. मुंबईच्या एलफिंस्टन कॉलेजमध्ये देखील अशीच परिस्थिती होती. अशीच परिस्थिती जर राहिली तर यामुळे वेगळी परिस्थिती काय उत्पन्न होवू शकते. गुलाम क्लार्कच निर्माण होतील. त्यावेळी अस्पृष्यांचे काय कल्याण होईल.
- आपला देश परिकियांचा गुलाम का झाला? युरोपात १९३९ पासून ते १९४५ पर्यंत दुसरे महायुद्ध चालले. जितके सैन्य लढाईत मरत तितकेच रोज भरती होत. त्यावेळी कोणी असे नाही म्हणाले की युद्ध जिंकण्याचे श्रेय कोण्या एकाला मिळेल. हेच सर्व देशबांधवाचे महान श्रेय होते. आपल्या देशाची गोष्ट वेगळी आहे. क्षत्रिय मेले तर सर्व देश मेला. असेच होत आले जर आपल्याला शस्त्र धारण करण्याचा अधिकार असता, तर हा महान देश कधीही गुलाम झाला नसता. ना कोणी आक्रमण करून या देशाचा पराभव केला असता.
- मी हा देश, या देशातील मूलनिवाशी यांच्याकडे स्वाधीन करण्याचा निर्णय घेतला होता. हे युद्ध मी २६ जानेवारी १९५० जा जिंकलो आहे. मी लोकशाही व्यवस्था निर्माण करून आणि सर्वांना मतदानाचा अधिकार बहाल करून बहुसंख्य समाजाला एकप्रकारची राजकीय सत्ता प्रदान केली ओह. तूर्तास हा समाज सत्तेची सूत्रे सांभाळण्याच्या कुवतीचा नाही. पुढील तीस वर्षात तो शिकून-सवरून तयार होईल आणि सत्ता आपल्या हाती येईल.
- इतर मागास समजले जाणारे लोक जे वर्णव्यवस्थेनुसार चवथा वर्ण अर्थात शूद्र वर्णात येतात. मी त्यांना असे नाही म्हणू शकत की त्यांनी परस्पर रोटी-बेटी व्यवहार करावा. परंतु त्यांनी आपल्या समस्या सोडविण्यासाठी एकत्र आले पाहिजे. मागास जातीच्या बांधवांना माझे सांगणे आहे की नेहमी अगदी अलग-अलग राहाण्यात मागास जातींचे मोठे नुकसान आहे. प्रौढ मताधिकाराने जनतेच्या हातात सत्ता दिली आहे, माझ्या मते, जर उत्तर

प्रदेशातील दिड करोड दलित आणि दोन करोड मागास जातीचे लोक एकत्र लढले, तर ते विधानसभेत अर्ध्यापेक्षा जास्त जागेवर आपल्या लोकांना बसवू शकतील आणि अशाप्रकारे राजकीय सत्तेवर आपला अधिकार प्राप्त करतील.

- समुद्रात ज्या ज्या वेळी वादळ येते, त्यावेळी जहाजाचा कॅप्टन प्रवाशाना वाचविण्यासाठी जहाजाला सुरक्षित ठिकाणी घेऊन जातो आणि लंगर टाकून सांगर शांत होण्याची वाट पहातो. ज्यावेळी वादळ शांत होते, त्यावेळी जहाजाचा प्रवास पुन्हा सुरू होतो, आज मनुवादी अर्थात काँग्रेसच्या हातात सत्ता आल्याने दूर्बल विभांगाच्या भविष्याचे आभाळ ढगाने भरून आले आहे. दूर्बल विभागाच्या समस्येच्या जहाजाला मनुवाद्यांच्या कुटिलतापूर्ण चालीपासून वाचविण्यासाठी मी या मंत्रीमंडळातून बाहेर पडलो. म्हणून कोणतेही कमजोर विभागाचे लोक, जे माझ्या नेतृत्त्वार विश्वास ठेवतात, त्यांनी काँग्रेसमध्ये सहभागी न होता, माझ्या आदेशाचे शांतपणे प्रतिक्षा करावी.
- आपण आपले वागणे दगडाप्रमाणे केले पाहिजे. यामुळे की मनुवाद्यांची चाल त्यावर आदळून चक्काचूर झाली पाहिजे.......... मी काँग्रेसच्या मंत्रीमंडळात देश आणि मागास जातीचे कल्याण करण्यासाठी सहभागी झालो आहे. मी काँग्रेसचा चार आणे इतका देखील सदस्य नाही. काँग्रेस पक्ष आणि केंद्रिय मंत्रिमंडळ, ह्या दोन्ही स्वतंत्र संस्था आहेत. काँग्रेस एक जळते घर आहे. त्याला आग लागली आहे, म्हणून अशा जळत्या घरात प्रवेश करण्याची हिंमत माझ्यामध्ये तरी नाही.
- ....२६ जानेवारी, १९५० ला संविधान लागू करून हा देश स्वतंत्र झाला. कधीकाळी हा देश स्वतंत्र होता. परंतु आपल्याच लोकांच्या विश्वासघातामुळे आपण स्वातंत्र्यापासून वंचित राहिलो. काय इतिहासाची पुनरावर्ती होईल? या विचाराने माझे मन चिंतित आहे. काय भारताची जनता आपले मत, धर्म किंवा स्वार्थापेक्षा देशाला अधिक महत्त्व देईल? माझी भावना आहे, रक्ताच्या शेवटच्या थेंबापर्यंत आपण आपल्या स्वातंत्र्याची रक्षा केली पाहिजे. आपल्याला जर लोकशाही सुदृढ करायची असेल तर आपल्याला सामाजिक आणि आर्थिक उद्दिष्ट वैध मार्गाने प्राप्त करायला हवेत. हिंसात्मक आणि षडयंत्राद्वारे नाही, या देशात जितकी भक्ती, जितकी पूजा-पाठ आणि जितकी अंधश्रद्धा आहे, तितकी इतर कोणत्याही देशात नाही.

- आपण एक राष्ट्र आहोत, असे म्हणणे आत्मवंचना ठरेल. हजारो जातीत विभागलेले आपण एक राष्ट्र कसे असू शकतो? ह्या जाती आणि वर्ण राष्ट्रविरोधी आहेत. या अडथळ्यावर मात करूनच आपण एक राष्ट्र होवू. ज्या संविधानात आपण जनतेसाठी, जनतेचा आणि जनतेकडून हे तत्व स्वीकारले आहे, ती कायम टिकले पाहिजे. आपल्याला जर असे करायचे असेल तर, आपल्याला आपल्यासमोर उपस्थित संकटांना समजून घेणे आणि त्यांना दूर करण्यात उशीर नाही केला पाहिजे. देशाच्या खऱ्या खुऱ्या सेवेचा हाच एक मार्ग आहे.
- भारतातील पीडित लोकांच्या कल्याणासाठी रात्रंदिवस एक करून त्याला समानतेचा दर्जा देण्यासाठी मी जो संघर्ष केला आहे. त्याने चिडून जावून ब्राह्मण-बनियाने एकत्र येऊन माझा पराभव केला आहे. याचे मला दुःख नाही. माझ्या कामाचे आज जरी फळ मिळाले नाही ,तरी काही वर्षानंतर लोकांच्या ते जरूर लक्षात येईल.

  (संविधानाच्या संयुक्त निवडणूकीत जानेवारी, १९५२ मध्ये पराभूत झाल्यावर)
- Is there democracy in India or is there no democracy in India! What is the truth? No positive answer can be given - unless the confusion caused by equating democracy with Republic and by equating democracy with parlimentary govemment is removed.

  Democracy is quite different from a Republic as well as from parlimentary govemment. The roots of democracy lie not in the form of Govemment, parlimentary or otherwise. A democracy is more than a form of govemment. It is primarily a mode of associated living. the roots of democracy are to be searched in the social relationship, in the terms of associated life between the people who from a society.

  What does the word society connot? To put it briefly when we speak of `society`, we conceive of its as one by its very nature. The qualities which accompany, this unity are praiseworthy community of purpose and desire for welfare, loyality to public ends and mutuality of sympathy and co-operation.

Are these ideals to be found in Indian society? The Indian socity does not consist of individuals. It consists of an innmerable collection of castses which are exclusive in their life and have no common experience to share and have no bond of sympathy. Given this fact, it is not necessary to argue the point. The existence of the caste system is a slanding denial of the existence of those ideals of society and therefore democracy.

(Dr. B.R. Ambedkar on `Prospects of Democracy In India` while talking to voice of America on 20 May, 1956)

- दगड पाण्यात खोल पडून राहिल्याने जसा सडत नाही किंवा उगळत नाही, अगदी तसेच मी काँग्रेस मंत्रिमंडळात आहे. राहिलो काय नाही राहिलो काय पण आपल्या उद्दिष्टापासून कधीही विचलित होणार नाही दगडाप्रमाणे नेहमीच सुदृढ राहील.
- अरे तुमची अशी दुर्दशा! तुमच्या करूणाजनक चेहऱ्याकडे पाहून आणि तुमची दीनतापूर्ण शब्द ऐकून माझे काळीज चर्र होते. तुम्ही आपल्या दीन-हीन जीवनाने दुनियेच्या दुःख-दारिद्र्यात का भर घालता? आईच्या गर्भातच तुम्ही का नाही मेलात? आता देखील मेलात तर जगावर तुमचे उपकार होतील. जर तुम्हाला मरायचे असेल तर जिंदादिल होवून जगा. या देशातील दुसऱ्या लोकांना मिळतो तो अन्न, वस्त्र, निवारा तुम्हाला देखील मिळायला हवा. हा तुमचा जन्मसिद्ध अधिकार आहे, आणि हा अधिकार प्राप्त करण्यासाठी तुम्हालाच समोर यावे लागेल आणि मजबुतीने काम करावे लागेल.

प्रकरण - सहा

डॉ. बाबासाहेब आंबेडकरांचा संदेश

- तुम्ही भारताचे मूलनिवासी आहात. तुम्हाला यापूर्वी अनार्य, असुर, राक्षस, शूद्र, अस्पृष्य आणि आज हरिजन, आदिवासी व दलित म्हटल्या जात आहे.
- समस्त भारतभूमि तुमच्या पूर्वजांची धरती आहे, तुम्ही हिचे लायक आणि सच्चे वारसदार आहात.
- तुमच्या देशावर तीनवेळा हल्ला झाला. आर्ये, मुसलमान आणि इंग्रजांचा.
- तुमची संस्कृती, साहित्य, इतिहास आणि धर्म नष्ट करण्यात आला आहे.
- हिंदू धर्माचे भगवान आणि देवी-देवता तुमच्या पूर्वजांचे हत्यारे आहेत.
- हिंदू धर्म वर्णांचा धर्म आहे. तुम्ही कोणत्याही वर्णामध्ये मोडत नाहीत, हिंदू सवर्ण आहेत, तुम्ही सवर्ण.
- हिंदू धर्माचे भगवान, त्यांचे आवतार आणि त्यांचे देवी-देवता तुमचे कोणी नाही आणि ते तुमचे कोणी नाहीत. त्यांना तुमचा स्पर्श देखील नको आहे.
- कुत्र्या-मांजरीच्या विष्टा त्यांना चालते परंतु तुमच्या हातचे गंगाजल त्यांना नको आहे.
- तुम्ही हिंदू कधीही नव्हता, तुम्ही हिंदू आज देखील नाहीत, तुम्ही आहात हिंदू धर्माचे गुलाम.
- जोपर्यंत तुम्ही हिंदू धर्माचे गुलाम म्हणून राहाल, तुमचे स्थान सर्वात खालचे राहील.
- हिंदू धर्म सोडणे धर्म परिर्वतन नाही, ही तर गुलामीची साखळदंड तोडणे आहे.
- तुमची मुख्य समस्या तुमची गरिबी नाही आहे तर हिंदू धर्म आणि हिंदू समाज आहे, ज्यात जातीच्या आधारावर तुमचे धार्मिक, सामाजिक व आर्थिक शोषन होवू लागले आहे.
- जोपर्यंत दलित वर्ग अशिक्षित राहील, खड्ड्यात पडलेला राहील, आणि हिंदू व्यवस्थेला जोडला जाईल. जसा-जसा तो शिक्षित होईल तसा-तसा

तो हिंदू व्यवस्थेच्या कायद्याला सहन करणार नाही आणि हिंदू समाजापासून दूर जाईल.

- समाजात शिक्षणच समानता आणू शकते. शिक्षणाने विवेक वाढतो आणि स्वतःचा निर्णय स्वतः घेण्याची क्षमता येते.
- डुकर, बकरी, लांडगे, गाढव, कोबड्या, चपला शिवण्याची मशीन आदी आर्थिक उत्थान नाही करू शकत.
- तुम्हाला जे आरक्षण मिळाले आहे ती कोणाच्या दयेची भीक नाही, तुमचा अधिकार आहे.
- नोकरीतील आरक्षण पूर्ण न झाल्याने तुमचे करोडो बांधव बेकार आहेत.
- अधिकार प्राप्त करण्यासाठी कुर्बाणी द्यावी लागते, ज्या समाजात कुर्बाणीसाठी बकरे नसतात तो समाज प्रगती करू शकत नाही.
- अन्यायाचा विरोध आणि अधिकाराची प्राप्ती हेच जीवन आहे.
- १५ ऑगस्ट, १९४७ ला तुम्हाला गुलाम करणारे स्वतंत्र झाले. तुम्हाला गुलाम करणाऱ्यांनी तुम्हाला स्वतंत्र केले नाही.
- तुमच्या स्वातंत्र्यासाठी मी तुम्हाला महान अस्त्र दिले आहेत जे हिंदूच्या ब्रह्मास्त्रापेक्षाही मोठे आहे. तो आहे एक व्यक्ती एक व्होट.
- तुम्ही तुमच्या मताच्या जोरावर सत्ताधारी बनू शकता.
- शिका, संघटीत व्हां, संघर्ष करा. विजय तुमच्याच आहे.
- सामाजिक क्रांतीशिवाय राजकीय क्रांती अर्थहीन आहे.
- माझा जन्म मूळ नक्षत्रात झाला होता आणि पंडितजीने सांगितले होते की बाळ अशुभ आहे.
- मी बालपणी भाजीपाल्याचा व्यावसाय केला. रंगीन दगड वेचली. बागेला पाणि दिलं आणि दगडाच्या नाल्या बनवल्या, माझे नंतरचेच नाही तर सुरूवातीचे जीनव देखील कष्टदायक होते.
- मला शिकलेल्या दलित वर्गाने धोका दिला आहे. त्यांच्याकडून आशा

होती की ते शिकल्यानंतर समाजसेवा करतील. परंतु मी पहातोय की गुलामांची गर्दी जमा झाली आहे, जे स्वार्थात गुंग आहेत.

- मला असे विद्वान पाहिजे आहेत की जे शासनाच्या पदावर बसून गरीब आणि असाह्य लोकांचे भले करतील.
- मी जे काही केले आहे ते अंत्यत कष्ट आणि कठीण परिस्थितीत आणि विरोधकांचा विरोध झेलत केले आहे.
- मोठ्या संघर्षाने हा रथ इथपर्यंत आणला आहे. हा रथ पुढे घेऊन जा आणि माझ्या अनुयायांना हा रथ पुढे घेऊन जाता आले नाही तर त्याला तिथेच सोडून द्या, पण मागे घेऊन जावू नका. माझ्या लोकांना माझे हेव सांगणे आहे.

परमूज्य भारतरत्न बोधिसत्त्व डॉ. बाबासाहेब आंबेडकरांना विचारांना समजून घेणे आणि त्याचे अणुकरण करणे हिच त्यांना खरी श्रद्धांजली आहे.

प्रकरण - सात

डॉ. बाबासाहेब आंबेडकरांनी दिलेल्या २२ प्रतिज्ञा

डॉ. बाबासाहेब आंबेडकरांच्या संपूर्ण जीवन संघर्षाचा सार त्यांच्या बावीस प्रतिज्ञेमध्ये समाविष्ठ आहे. जो खालील प्रमाणे आहे -

१. मी ब्रह्म, विष्णू आणि महेशाला कधीही ईश्वर समजणार नाही आणि त्यांची पूजा करणार नाही.

२. राम, कृष्णाला मी काही ईश्वर समजणार नाही आणि त्यांची पूजा करणार नाही.

३. मी गौरी गणपती इत्यादी देवी-देवतांची पूजा-उपासणा करणार नाही.

४. ईश्वराने कधी अवतार घेतला आहे, याच्यावर मी विश्वास ठेवणार नाही.

५. मी भगवान बुद्धाला विष्णूचा अवतार कधीही समजजणार नाही, मी अशा प्रचाराला वेडेपणा आणि खोटारडेपणा समजतो.

६. मी श्राद्ध कधी करणार नाही आणि कधीही पिंडदान करणार नाही.

७. मी बौद्ध धम्माविरूद्ध कोणत्याही गोष्टीला मान्यता देणार नाही.

८. मी सर्व मनुष्य समान आहेत, या सिद्धांताचा पुरस्कार करील.

९. मी ब्राह्मणाच्या हातून कसलेही क्रिया-कर्म करणार नाही.

१०. मी समाजात समता प्रस्थापित करण्यासाठी प्रयत्न करील.

११. मी भगवान बुद्धाच्या अष्टांगिक मार्गाचे पूर्ण पालन करील.

१२. मी भगवान बुद्धाने सांगितलेल्या दहा पारमितांचे पूर्ण पालन करील.

१३. मी प्राणी मात्रावर दया दाखवीन आणि त्यांचे पालन-पोषण करीन.

१४. मी चोरी करणार नाही.

१५. मी व्याभिचार करणार नाही.

१६. मी खोटे बोलणार नाही.

१७. मी मद्य आदी नशायुक्त पदार्थांचे सेवन करणार नाही.

१८. मी माझे जीवन बौद्ध धम्माचे तीन तत्व ज्ञान, शील, करूणा यानुसार वागण्याचा प्रयत्न करील.

१९. मी मनुष्य मात्राच्या उत्कर्षासाठी नुकसानकारक आणि माणसा-माणसात असमानता आणि हीन समजणाऱ्या जुन्या धर्माचा पूर्ण करील आणि बौद्ध धम्माचा स्वीकार करील.

२०. माझा पूर्ण विश्वास आहे की बौद्ध धम्मच खरा सद्धम्म आहे.

२१. मी असे समजतो की माझा पुनर्जन्म झाला आहे.

२२. मी ही पवित्र प्रतिज्ञा करतो की आजपासून मी बौद्ध धम्माच्या शिकवणूकीप्रमाणेच वागण्याचा प्रयत्न करील.

संदर्भ ग्रंथ सूची

१. डॉ. आंबेडकर : जीवन और दर्शन
लेखक - डॉ. राजेन्द्र मोहन भटनागर

२. बहुजन समाज और उसकी राजनीति
लेखिका- कुमारी मायावती एडवोकेट

३. डॉ. बाबा साहेब अम्बेडकर
लेखक- डॉ. सूयै कुमार रणसुभे

४. डॉ. अम्बेडकर जीवन दर्शन
.विजय कुमार पुजारी

५. मेरे संघर्षमय जीवन एवं बहुजन मूवमेन्ट का सफरनामा - भाग एक
लेखिका- कुमारी मायावती

६. अम्बेडकर टुडे हिंन्दी मासिक
संपादक - राजीव रत्न, लखनऊ ।